சைவத்தின் சமரசம்

திரு. வி. கலியாணசுந்தரனார்

Title: Saivathin Samarasam

Author: Thiru. V. Kalyanasundaram

Language: Tamil

First Published on: 1925

Year of Publication: 2025

Book Format: Paperback

*Page Size: 6inch * 9inch*

Category: Religious

Subject: Religious Essays

No. of pages: 86

ISBN: 978-81-689884-5-3

Published by: Nilan Publishers, Madurai, Tamilnadu, India

பொருளடக்கம்

அணிந்துரை

உலகுக்கு ஒருவனாய் நின்றாய் நீயே - அப்பர்

உலகம் பலவிதம் என்பது பழமொழி. இப்பொது மொழி அவரவர் உலகுக்கேற்ற பொருளை விளக்குவது. ஒவ்வொருவர்க்கு ஒவ்வோருலகுண்டு.

எனக்கும் ஒருலகுண்டு. அவ்வுலகில் நின்று பலவிதத்தை இருவிதத்தில் அடக்க எண்ணுகிறேன். ஒருவிதம் வேறுபடுஞ் சமயமெலாம் புகுந்து பார்க்கின், விளங்குபரம் பொருளே நின் விளையாட் டல்லால் - மாறுபடுங் கருத்தில்லை முடிவில் மோன, வாரிதியின் நதித்திரள் போல் வயங்கிற் றம்மா எனவரூஉந் தாயுமானார் திருவாக்கின்படி சமரச உணர்வு பெற்று வாழ்வது; மற்றொருவிதம் சமரசத்துக்கு மாறுபட்டு வாழ்வது; இவ்விரண்டையும் உலகில் காண்கிறோம். பின்னையதன் வளர்ச்சியே முன்னையதன் முடிவு என்பது எனது கொள்கை, கேணி, குளம், ஏரி, ஆறு, கடல் என்பன பெயரளவில் வேறுபட்டு நிற்பினும், அவைகளின் பொருளடக்கம் புனல் என்பதொன்றேயன்றோ?

சைவம், பல சமயங்களாகவும் முடிவில் தனித்த ஒரு பெருஞ் சமயமாகவும் நிற்றலால், அதன்கண் சமரசமுடைமை அறிஞர்க்குப் புலனாகாமற் போகாது, சமரச ஞானியாகிய தாயுமான சுவாமிகள், ஆகார புவனத்தில், பல சமயங்களைக் குறிப்பிட்டு இப்பரிசாஞ் சமயமுமாய் அல்லவாகி என்று வைதிக சைவத்தைப் போற்றியிருத்தல் காண்க. இச்சமரச உண்மை தெரிப்பது இந்நூல்.

இச்சிறு நூல் வெளிவருதற்குக் காரணராயிருந்தவர் தூத்துக்குடிச் சைவ சித்தாந்த சபையினர். இவர்தஞ் சபையின்

நாற்பத்தோராம் ஆண்டு நிறைவிழாவிற்குத் தலைமை வகிக்குமாறு சிறியேனைக் கேட்டனர்; கேட்டபோது எனது முன்னுரையை எழுதிக் கொணருமாறும் விரும்பினர். அவர் விருப்பத்துக்கிணங்கி - இந்நூலுள்ளுறையாம் இக்கட்டுரையை எழுதிச் சென்றேன்.

இரத்தாட்சி ஆண்டு மார்கழித் திங்கள் 13,14ஆம் நாட்களில் (1924ஆம் வருடம் டிசம்பர் மாதம் 27, 28ஆம் நாட்களில்) நடைபெற்ற ஆண்டு விழாப் பேரவையில், முதல் நாள் தொடக்கத்தில், முன்னுரையாக இக்கட்டுரையையொட்டிச் சுமார் இரண்டு மணி நேரம் சொற்பொழிவு நிகழ்த்தினேன்.

அச் சொற்பொழிவைச் செவிமடுத்த சபையினரும், வேறு சில அன்பரும் அது நூல் வடிவாக வெளிவரல் வேண்டுமென்னும் விருப்பத்தை அடியேற்குத் தெரிவித்தனர். சைவ உலகிற்குப் பயன்படுமாறு இக்கட்டுரைக்குச் சைவத்தின் சமரசம் என்னும் பெயர் நல்கி, இந்நூல் வடிவாக இதை அச்சிடலானேன்.

இதற்குக் காரணராக உள்ள தூத்துக்குடிச் சைவ சித்தாந்த சபையினர்க்கு எனது நன்றியறிதலான வணக்கத்தைச் செலுத்துகிறேன்.

இந்நூலின் உள்ளுறை, ஒரு சபையின் ஆண்டுவிழாக் கூட்டத்தில் பேசிய முன்னுரையாகலான், பெரிதும் பேசு முறைபற்றி, இயன்றவரை குறியீடுகளை நீக்கி, எளிய நடையில் இதை எழுதியிருக்கிறேன்.

கல்வி, அறிவு, ஆராய்ச்சியில் குறைபாடுடைய எளியேன் எழுத்தில், கருத்தில் பிறவற்றில் பிழைகள் நிகழ்ந்திருக்கலாம். அப் பிழைகளைப் பொறுத்தருளுமாறு அன்பர்களை வேண்டுகிறேன்.

சைவ உலகம் இச்சிறு நூலை ஆதரிப்பதாக.

குற்றநீ குணங்கள் நீ கோதில் ஆலவாயிலாய்

- ஞானசம்பந்தர்.

சென்னை
இராயப்பேட்டை
14.1.1925.

திருவாரூர் - வி. கலியாணசுந்தரன்.

கடவுள் திருத்தொண்டு

தேவாரம்

நன்க டம்பனைப் பெற்றவள் பங்கினன்
தென்க டம்பத் திருக்கரக் கோயிலான்
தன்க டன்னடி யேனையுந் தாங்குதல்
என்க டன்பணி செய்துகி டப்பதே.

- அப்பர்

திருவாசகம்

அன்றே யென்றன் ஆவியும் உடலும்
உடைமை யெல்லாமுங்
குன்றே யனையாய்! என்னையாட் கொண்ட
போதே கொண்டிலையோ
இன்றோ ரிடையூறு எனக்குண்டோ
எண்டோள் முக்கண் எம்மானே!
நன்றே செய்வாய் பிழைசெய்வாய்
நானோ இதற்கு நாயகமே.

- மாணிக்கவாசகர்

பெரிய புராணம்

வேதநெறி தழைத்தோங்க மிகுசைவத் துறைவிளங்கப்
பூதபரம் பரைபொலியப் புனிதவாய் மலர்ந்தழுத
சீதவள வயற்புகலித் திருஞான சம்பந்தர்
பாதமலர் தலைக்கொண்டு திருத்தொண்டு பரவுவாம்.

- சேக்கிழார்

சைவத்தின் சமரசம்

எழுவாய்

சகோதரிகளே! சகோதரர்களே!

சிவமணமுந் தமிழ்மணமுங் கமழும் திருமந்திர நகரமென்னும் இத் தூத்துக்குடிக்கண், ஆண்டவன் அருணெறியை வளர்த்துவரூஉஞ் சைவ சித்தாந்த சபையின் நாற்பத்தொன்றாம் ஆண்டு விழாவை இனிது கொண்டாடும் பொருட்டுக் குழுமியுள்ள இப்பெருங் கழகத்திடை நின்று, நீங்கள் பணித்த தொண்டாற்றச் சிறியேன் ஈண்டுப் போந்துள்ளேன். இத் தொண்டாற்றும் பேற்றை வழங்கிய உங்களுக்கு எனது நன்றியறிதலான வணக்கத்தைச் செலுத்துகிறேன். அடியேன் ஆற்றப்புகுந் தொண்டில் குற்றங் குறைகள் நிகழுமேல், அவைகளைப் பொறுத்தருளுமாறு வேண்டுகிறேன்.

சமயம்

உலகில் வாழும் உயிர்கள் யாவும் இன்பத்தில் விருப்பும் துன்பத்தில் வெறுப்பும் இயல்பாகக் கொள்வதைக் காண்கிறோம்; இன்பம் பெறவேண்டி உயிர்கள் முயன்று பல துறைகளிலிறங்கி உழைப்பதையுங் காண்கிறோம். இக் காட்சிகளான் நாம் பெறுவதென்னை? படைப்பு நோக்கம் இன்பப் பேற்றைக் குறிக்கொண்டு நிற்பதென்னும் உண்மை பெறுகிறோம். உயிர்கள் துன்பக்கடல் கடந்து இன்பக்கரை ஏறுவதெப்படி? அதற்கொரு நாவாய் வேண்டுமன்றோ? அதுவே சமயம் என்னுஞ் செவ்விய நாவாய்.

சமயமென்னுஞ் சொற்குப் பலர் பலவாறு பொருள் கூறுப. அச்சொற்பொருள் குறித்து ஈண்டு ஆராய்வதில் நமது அரும் பொழுதைப் போக்க வேண்டுவதில்லை. உலக வழக்கையொட்டிச் சுருங்கக் கூறின், இன்பப் பொருளாம் இறைவனை அடைதற்கு உயிர்கள் கடைப்பிடித்தொழுகும் ஓர் அற வழியே சமயம் என்று கூறலாம்.

சமயமென்பதொன்றில்லையேல் உலகில் அறமேது? அன்பேது? ஆன்ம உணர்வேது? மக்களை விலங்கினின்றும் பிரித்து, அவர்களைச் செந்நெறியில் நிறுத்தி, ஆண்டு வருவது சமயமெனில், அதன் பெற்றியை என்னென்று கூறுவது?

சமயமென்பது, நாட்டினும் மொழியினும் வகுப்பினும் வழக்க ஒழுக்கங்களினும் இன்னோரன்ன பிறவற்றினும் மக்கட்கு விழுப்பந் தருவது. நாடும் பொழியும் பிறவும் மக்களைப் பிரிக்குந் தகையன. சமயமோ அப் பிரிவைப் போக்குந் தகையது. நாட்டுப்பற்றும், பிற பற்றுக்களும் அன்பைத் தம்மளவில் கட்டிப் பிணிப்பன. சமயப்பற்றோ அன்பைக் கட்டிப் பிணியாது பெருக்குவது. நாடு முதலியன சில வேளைகளில் பெரிதும் - தம் வளம் அருகும் வேளையில் அல்லது பிறநாட்டு வளம் பெருகும் வேளையில் - அழுக்காறு அவா வெகுளி இத் தொடக்கத்துத் தீக்குணங்களாம் வெம்மை உமிழும் ஊற்றுக் கண்களாகும். சமயமோ எவ்வேளையிலும் அடக்கம் பொறை அருள் ஈகை ஒப்புரவு இத்தொடக்கத்து நறுங் குணங்களாந் தண்மை சொரியும் ஊற்றுக்களனாயிலங்கும்.

சமய ஞானம்

சமய ஞானமில்லாத நாட்டார் தமது நாட்டையே (Nation) கடவுளெனக்கொண்டு, அதன் வழிபாட்டுக்கெனப் பிற நாடுகளைப் பலியிடுவர். சமயஞான நாட்டமுடையோர் அம்மறவினையாற்ற ஒருப்படார். இவர், நமது நாட்டுக்கும் பிறநாடுகளுக்குமுள்ள வேற்றுமை என்ன? நமது நாட்டையும் பிற நாடுகளையும், மலைகளும் ஆறுகளும் காடுகளும் கடல்களும் பிரித்திருக்கின்றன. நாட்டுக்கேற்பத் தட்பவெப்ப நிலைகள் மக்கட்குப் பலதிற நிறம் மொழி வழக்க வொழுக்கங்களை வழங்கியிருக்கின்றன. இவ் வேற்றுமை ஒரு நாட்டு மக்களுக்கும் மற்றநாட்டு மக்களுக்குமுள்ள ஆன்மநேய ஒருமைப்பாட்டை எங்ஙனங் கல்லும்? எல்லாருள்ளத்தும் வீற்றிருப்பவர் ஒரு கடவுளே. எந்

நாட்டினரும் எம்மொழியினரும் எவரும் எல்லாருஞ் சகோதரரே என்று எவர்க்குந் தீங்கிழையாது, சமயம் நேர்ந்துழி ஒல்லும் வகை நலமே புரிய முயல்வர். வேற்றுமை நாட்டமுடைய நாட்டார், வகுப்பார் முதலிய யாவரையும் ஒற்றுமைப்படுத்த வல்லது சமயமொன்றே. இத்தகைய சமயம் மக்கட்கு இன்றியமையாதது என்று சொல்லவும் வேண்டுமோ?

உலகில் சிலவிடங்களில், சிலவேளைகளில் போருக்கும், கொலைக்கும், பிற கொடுமைகட்கும் சமயமுங் காரணமாக நிற்றலான், அதுவும் வேண்டுவதில்லை என்று கூறுவோருமுளர். சமயப் பெயரால் போரிடுவோர் சமய ஞானிகளல்லர். அவர் சமய உண்மை கைவரப் பெறாத பித்தர்; உன்மத்தர். அவருள்ளத்தில் உண்மை ஞானம் விளங்கினால் அவர் பித்த மயக்கந் தீரப்பெற்றுத் தமது அறியாமையை உணர்வர், சமயப் பெயரால் நிகழுங் கொடுமைகளைக் களையவுஞ் சமய ஞானம் வேண்டற்பாலது.

அன்புநெறி ஓம்பவந்த எச்சமயக் குரவராதல் தங் கொள்கை தழுவ ஒருப்படாத பிறரை வருத்துமாறு அறைந்துள்ளனரா? அவ்வாறறையும் ஒருவர் சமய குரவராவரோ? சமயஞானமின்றிச் சமயப்பெயரால் பித்துக் கொண்டு, களிகளும் மடிகளும் நிகழ்த்துங் கொடுவினைப் பழிகளைச் சமயத்தின்மீது சுமத்துவது அறிவுடைமை யாகாது. சமயஞானம் வேண்டாமென்று சாற்றுஞ் சகோதரர்கள், அன்னசாலை வைத்தியசாலை பாடசாலை முதலிய அறச்சாலைகள் அமைக்குமாறும், கூவல் குளந்தொட்டு வளம் பெருக்குமாறுந் தூண்டுவது எது என்று சிறிது நேரஞ் சிந்திப்பார்களாக.

ஆன்மநேயம் நிலைபெறுத்துவது

தன்னலத்தை அறுத்துத் தனக்கும் பிறர்க்கும் வேற்றுமை இல்லையென்னும் ஆன்ம ஞானத்தை அறிவுறுத்துஞ் சமயமா வேண்டா? இந்நாளில் உலகில் சமய ஞானம்

அருகிவருதலாலன்றோ (ஒரு நாட்டாரை மற்றொரு நாட்டார் வருத்தியடக்கித் தாமின்ப நுகர) நாடுகளில் ஆலகாலமனைய நச்சுக்காற்றும், காலனும் அஞ்சத்தக்க கொலைக் கருவிகளும், இன்னோரன்ன பிறவும் காணப்படுகின்றன? மக்களிடை அரும்பியுள்ள இத்தீய விலங்குணர்வைச் செகுக்கச் சமயம் வேண்டுமா வேண்டாவா? உலகில் ஆன்ம நேயத்தையும் சகோதர உரிமையையும் அமைதியையும் நிலைபெறுத்த வல்லது சமயம் சமயமே!

எச்சமயம்?

சமயம் இன்றியமையாததெனில் எச்சமயத்தைக் கொள்வது என்னும் வினா எழாமற் போகாது. உலகிலோ பல சமயங்களிருக்கின்றன. எச்சமயத்தைக் கொள்வது? எச்சமயத்தைத் தள்வது? உலகிலுள்ள சமயங்களை எண்ணால் கணக்கிட்டுவிடலாம். ஆனால் மக்கள் மனத்திடையூருஞ் சமயங்களின் தொகையை எவ்வாறு கணக்கிடுவது? ஒவ்வொருவருக்கும் ஒவ்வொரு சமயமுண்டு என்று கூறுவது மிகையாகாது. சமய உண்மை என்பது அவரவர் அறிவாற்றலுக்கும் அநுபவத்துக்கும் ஏற்றவாறு விளங்கித் தோன்றுவது.தெய்வம் ஒன்றே ஞாயிற்றைப் படம் பிடிக்க ஒருவன் புறப்பட்டதாக வைத்துக்கொள்வோம். அவன் ஞாயிறுபால் அணுகி அதன் உண்மை வடிவைக் கண்டுபிடித்தற்கு முன்னர், அவன் தங்குமிடந்தோறும் ஒவ்வொரு படிவமாக ஞாயிறு திகழ்வது நோக்கி, அவ்வப்போது புலப்படும் வடிவை அவன் பிடித்து வருவானாயின், ஒரு ஞாயிறே பல வடிவங்களாகத் தோன்றுவது கண்டு அவன் வியப்புறுவன். கடவுள் நிலையும் இத் தன்மைத்தே. தெய்வமொன்றே பலவாக அவரவர் அறிவு ஆராய்ச்சி அன்பு நிலைக் கேற்றவாறு புலப்படுகிறது. இவ்வுண்மை யுணர்ந்த பெரியோருங் கடவுள் நிலையை மக்கள் அறிவுநிலைக் கேற்ற வண்ணம் அறிவுறுத்தியுள்ளார்.

ஆண்டவன் நிலை

கிறிஸ்து ஒருவரே கடவுளை ஓரிடத்தில்,

பரலோகத்துள்ள எங்கள் பிதாவே

என்றும், மற்றோரிடத்தில்,

பிதாவும் நானும் ஒன்றாயிருக்கிறோம்

என்றும், இன்னோரிடத்தில்,

பரலோக ராஜ்யம் உங்களுள்ளிருக்கிறது

என்றும் உலகுய்ய ஓதியிருக்கிறார்.

நந் தமிழ்ப் பெரியோரும்

அப்பன்நீ அம்மைநீ ஐயனுநீ
அன்புடைய மாமனும் மாமியும் நீ
ஒப்புடைய மாதரும் ஒண்பொருளும் நீ

என்றும்,

வடிவேறு திரிசூலந் தோன்றும் தோன்றும்
வளர்சடைமேல் இளமதியந் தோன்றுந் தோன்றும்

என்றும்,

இருநிலனாய்த் தீயாகி நீரு மாகி
இயமானனாய் எறியுங் காற்று மாகி

என்றும்,

சொற்பதத்தார் சொற்பதமுங் கடந்து நின்ற
சொலற்கரிய சூழலாய்

என்றும்,

நின்னாவார் பிறரன்றி நீயே யானாய்

என்றும்,

இப்படியன் இந்நிறத்தன் இவ்வண்ணத்தன்
இவன் இறைவன் என்றெழுதிக் காட்டொணாதே

என்றும் ஆண்டவன் நிலையைப் பலபட உலகோர்க்கு உணர்த்தியிருத்தல் காண்க. எல்லாமாய் அல்லவுமாய் இலங்குங் கடவுளை அன்பால் எப்படி ஏத்தினாலென்ன?

தோள்கண்டார் தோளே கண்டார்
தொடுகழற் கமல மன்ன
தாள்கண்டார் தாளே கண்டார்
தடக்கைகண் டாரு மஃதே
வாள்கொண்ட கண்ணார் யாரே
வடிவினை முடியக் கண்டார்
ஊழ்கொண்ட சமயத் தன்னான்
உருவுகண் டாரை யொத்தார்

எனவரூஉங் கம்பன் கருத்தும் ஈண்டு உன்னற்பாற்று.

சமயத்தில் சமரச மணம்

உலகிலுள்ள எல்லாச் சமயங்களும் ஒரு கடவுளையே பல பெயரால் பல வடிவங்களாகப் போற்றிப் புகழ்கின்றன. இவ்வுணர்வோடு எச்சமயத்தை ஆய்ந்தாலும் அச்சமயத்தில் சமரச மணங் கமழ்வது காணலாம். அம் மணங் கமழப் பெறாத சமயமொன்றிருப்பதாகத் தெரியவில்லை; இருக்குமேல் அது கடவுள் நெறிகாட்டுஞ் சமயமாகாது. எச்சமயம், எல்லாச் சமயங்களையுஞ் சகோதர சமயங்களாகத் தழுவுகிறதோ, அது சமரச நோக்குடைய சன்மார்க்க சமய மென்று போற்றப்படும். எச்சமயம் பிற சமயங்களைப் பொய்யெனக் கருதுகிறதோ பழிக்கிறதோ, அது சமரச சன்மார்க்கத்தை வளர்ப்பதாகாது. சமரச நோக்குடைய சமயமெதுவோ, அது சாதி மத நாடு மொழி நிற

வேற்றுமைகளைப் பாராட்டாது; எல்லா உயிர்களிடத்தும் ஒரே வித அன்பு செலுத்துமாறு மக்களை ஏவும். அச்சமயம் கைம்மாறு கருதாப் பணியாற்றுமாறு போதிக்கும்; தனக்கென வாழாது பிறர்க்கென வாழுமாறு அறிவுறுத்தும்; தியாக உணர்வு நல்கும்; உயர்வு தாழ்வை ஒதுக்கும். இன்னோன்ன விழுமிய நோக்கங்களையுடைய சமய மெதுவோ அதுவே சமயம்.

கடவுள் சமயம்

உலகில் தோன்றிய மெய்க்குரவர் பலரும் அறிவும் அன்புஞ் செறிந்த ஒரு நெறியை அறிவுறுத்தினர். அந்நெறி உயிர்கட்குத் துன்பமூட்டும் முனைப்பையறுத்து இன்பமூட்டுவது. துன்பமூட்டும் முனைப்புடையார்க்கு நெறிகள் பலவாகத் தோன்றுதல் இயல்பே. முனைப்பற்ற இடத்திலன்றோ சமரச சன்மார்க்கம் மிளிரும்? முனைப்பை வளர்க்குமாறு எச்சமயமாவது சொல்கிறதா? ஒன்றேனுமில்லை. இதனால் சமயங்களின் ஒற்றுமை புலப்படும். பல முத்துக்கள் கோவைபட்டு நிற்க, அவைகளினூடே ஒரு நூலிழை நுழைந்து நிற்றல்போலப் பல சமயங்களினூடே சமரச சன்மார்க்கமென்னும் உயிர்நாடி புகுந்து நிற்கிறது. அச் சமரச சன்மார்க்கமே கடவுள் சமயம். அச் சமயமே, மேலே எச்சமயமென்றெழுந்த வினாவிற்குச் செவ்வனிறை இறுக்குஞ் சமயம்.

சைவ சித்தாந்தம்

நாம் இன்று இவண் ஒரு சைவ சித்தாந்தப் பெருங்கழக ஆண்டுவிழாக் கூட்டத்தில் அமர்ந்திருக்கிறோமாதலால், அச் சைவ சித்தாந்தம் சமரச சன்மார்க்கத்துக்கு எவ்வளவு தூரம் அரண் செய்கிறதென்பதைச் சிறிது ஆராய்வோம். சைவ சித்தாந்தத்தின் சமரச நுட்பத்தை ஆராயுமுகத்தான், அதன் வரலாற்றையும் ஊடே ஊடே சில உரைகளால் குறிப்பிட்டுச் செல்ல எண்ணுகிறேன்.

சைவ சித்தாந்தம் மிகத் தொன்மையது. மக்களுள் மிகத்தொன்மை வாய்ந்த தமிழ் மக்களால் அந் நெறி காணப்பட்டது. தமிழ் மக்களின் தொன்மை சரிதத்தால் அளந்துரைக்கும் பான்மையதன்று. அவர்கள் தொன்மை, சரித்திர காலத்தையுங் கடந்து நிற்பது. இப்பொழுது இந்துமகா சமுத்திரமென வழங்கப்படும் நீர்ப்பரப்பு, நிலப்பரப்பாயிருந்த ஞான்று, அதன்கண் தமிழ்மக்கள் வதிந்து, தாங்கள் நாகரிகத்தை வளர்த்து வந்தார்களென்று சொல்லப்படுகிறது. விரிவு ஆராய்ச்சியாளர் நூல்களிற் காண்க.

இயற்கை அழகும் முருகனும்

பழந்தமிழர், இயற்கை நிலையமாகியமைவரையில் இயற்கை உணவுகொண்டு, இயற்கை உடையணிந்து, உலகெனும் இயற்கை நூல் பயின்று, இயற்கையுடன் கூடி, இயற்கையைப் பாடி, இன்ப வாழ்வு நடத்தி வந்தபோது, அவர்க்கு இயற்கையினுள் பிரிவின்றி விராவி நிலவும் அழியா அழகு புலனாயிருத்தல் வேண்டும். இயற்கையுள் வாழ்வோர்க்குக் கைபுனைந்தியற்றாக் கவின்பெரு வனப்பு எளிதில் புலனாகும். அப்பேரழகை முருகெனும் முழுமுதற் பொருளென்று தமிழ்மக்கள் போற்றி வந்தார்கள். முருகு என்னுஞ் சொற்கு அழகு இளமை மணம் என்று புலவர் பொருள் கூறுப. என்றும் மாறா இளமையும் நீங்கா மணமும் அழியா அழகுறை யிடத்தில் அதனோடு நீக்கமின்றி நிலவுதலியல்பு. இம்மூன்றும் ஒன்றிய முருகே பழந்தமிழரால் இறையெனப் போற்றப்பட்டது. முருகு என்பது பின்னை அன் விகுதிபெற்று முருகன் என்று வழங்கலாயிற்று. பழைய கிரேக்கர் அழகு நுட்பந்தெளிந்து, அழகு வாழ்வை நடாத்தி, இன்பந் துய்த்ததும் நினைவிற்கு வருகிறது. இதுபோழ்தும் அழகோம்ப அமெரிக்க அறிஞருட் சிலர் பெருமுயற்சி செய்து வருவதோடு நில்லாது, அதற்கெனக் கழகமுங் கண்டு வருகிறார். தமிழர் அந்நாள் கண்ட அழகு, சமரச அன்பொழுகும் நன்மனத்துக்குக் காட்சியளிக்கும். மாறுபட்டு வேறுபட்டுக் கலாம் விளைக்கும் உள்ளத்துக்கு இயற்கையழகு எவ்வழியில் புலனாகும்? எவ்வறிஞரும்

போற்றும் அழகையே பழந்தமிழர் பொருளெனப் போற்றியது காண்க.

இயற்கை அழகை வெறுப்போர் இறையின்ப நுகராது, செயற்கை வெம்மையிலன்றோ வீழ்ந்து இடர்ப்படுவர்? இயற்கையை விடுத்து இறைவனைத் தேடுவது காசிக்குச் செல்லவேண்டுமென்று கதிர்காமத்தை நோக்கி நடப்பதை ஒக்கும்.

கந்தழி

அழகாம் முருகைப் பொருளெனப் போற்றிய நந் தமிழ்ப் பெரியோர் பின்னைத் தாங்கண்ட உண்மைப் பொருளைக் கந்தழி என்னும் பெயரால் வழிபடலாயினர். (கந்து - கட்டு : அழி - அற்றவிடம்) முழுமுதற் பொருள் கட்டற்றது என்ற முடிவு அந்நாளிலேயே தமிழ் மக்கட்குத் தோன்றியது போலும்.

முருகு ஒருபோது தோன்றுவதும் மற்றொருபோது மறைவதுங் கண்டு, அத்தோற்ற மறைவை நம் மூதறிஞர் ஆராயத் தலைப்பட்டிருப்பர். அவ்வாராய்ச்சியான் முருகிற்குத் தோற்ற ஒடுக்கமில்லை யென்றும், தம்மாட்டுள்ள அறியாமை என்னுங் கட்டு அதை மறைக்கிறதென்றும், அவ்வறியாமை விலகும்போது அது தோன்றுகிறதென்றும் அவர்தம் பேரறிவு அவர்க்கு உணர்த்தியிருக்கும். அந்நாள் தொட்டுத் தமிழ் மக்கள் கட்டுடையன உயிர்களென்றும், கட்டில்லாதது கடவுளென்றுங் கருதிக் கடவுளைக் கந்தழியெனப் போற்றியிருப்பா? கந்தழி என்பதை ஆராய்ந்தால் இவ்வுண்மை பெறப்படுதல் காண்க.

கட்டு - உயிர் - கடவுள்

மக்கட்குக் கட்டுண்டு என்பதும், ஆண்டவனுக்கு அஃதில்லை என்பதும் எச்சமயத்தவரும் ஒப்பமுடிந்த உண்மை. கட்டைப் பொருளாக் கொள்ளாத சமயத்தாரும் விவகாரத்தில் கட்டுண்மை மறுக்கிறாரில்லை. ஆதலால் கந்தழி, கட்டைப்

பொருளாக் கொள்ளாத சமயத்தார்க்கும் உரியதாகுமென்க. கடவுளைத் தமிழ் மக்கள் கந்தழி என்று வழிபட்டமையான், அவர்கள் கட்டு, உயிர், கடவுள் என்னும் மூன்று பொருளுணர்வு பெற்றிருந்தார்களென்பது புலனாகிறது. தமிழ் மக்கள் அவ்வுணர்வு பெற்றிருந்தார்களென்பதை அவர்கள் தமிழ் எழுத்துக்களுக்கிட்டுள்ள உயிர், மெய், உயிர்மெய் என்னும் பெயர்களைக் கொண்டு நன்கு வலியுறுத்தலாம்.

உலகிலுள்ள சமயங்களெல்லாம் பொருளுண்மை கூறுவதில் பலதிறக் கருத்துடையனவாயினும், அவையாவும் அறி

யாமையொன்று உண்டென்றும், அதனினின்றும் ஆன்மா விலகி, அஃதில்லா ஆண்டவனோடு கலக்க வேண்டுமென்றுங் கூறாதொழிகின்றனவோ? அறியாமையை உள்பொருளாக் கொள்வோரும் இல்பொருளாக் கொள்வோரும் அதையொழிக்க முயல்வதுண்மையே. பாரமார்த்திகப் பேச்சு இப்

பொழுது இந்நிலையில் வேண்டுவதில்லை. ஆகவே தமிழ் மக்கள் கண்ட முப்பொருளுண்மை எப்பொருள் பற்றியாதல் எந்நிலையிலாதல் எச்சமயத்தவராலுங் கொள்ளப்படுவதே.

இல்லற நெறியே பற்றுக்கோடு

முப்பொருள் உண்மை கண்ட நம் முன்னோர் வீடு பேற்றிற்கு இல்லற நெறியையே பற்றுக்கோடாகக் கொண்டு வாழ்ந்தனர். மிக மிகப் பழைய காலத்தில் தமிழ் நாட்டில் துறவறமென்றொரு நெறியிருந்தது என்பது தெரியவில்லை. சமண பௌத்த மதங்கள் தோன்றிய பின்னரே நமது நாட்டில் துறவு என்னும் பிரிவு தோன்றிற்று என்று சில அறிஞர் கருதுகிறார். துறவு ஏற்பட்ட பின்னையே இன்பம், சிற்றின்பமெனவும் பேரின்பமெனவும் பிரிந்தது போலும்! பண்டைக் காலத்தில் இயற்கையோடு இயற்கையாய், ஒருவனும் ஒருத்தியும் வாழ்ந்து வந்தமையான், அவர் நுகர்ந்த இன்பம் வீட்டுக்குரிய இன்பமாகவுந் துணை செய்தது.

**கண்டுகேட்டு உண்டுஉயிர்த்து உற்றுஅறியும் ஐம்புலனும்
ஒண்டொடி கண்ணே யுள**

எனவும்,

**பண்மயத்த மொழிப்பரவை சங்கிலிக்கும் எனக்கும்
பற்றாய பெருமானே மற்றாரை உடையேன்**

எனவும் வரூஉம் ஆன்றோர் மொழிகளின் பொருளுண்மையை யோர்ந்துணர்க.

ஆணும் பெண்ணும் இயற்கையை விடுத்துப் பிரிந்து தனிப்பட்டுச் செயற்கையாளராய் வாழும் இந்நாளில் பண்டைக் கால நிலை அறிதலரிதே. பழந்தமிழர் தாம் போற்றிய அழகைப் பெண்ணென்றும் மாதரென்றும் அழைத்த நுட்பத்தை உலகோர் தேர்ந்தால், அவர் இல்லறத்தின் மாண்பை உணரப் பெறுவர். விரிவு களவியல், திருக்கோவையார் முதலிய நூல்களிற் காண்க. (பெண், மாதர், அழகு இவை ஒருபொருட் சொற்கள்.) அத்தகை இல்லறத்தை வெறுப்போர் அரியர். தமிழ் மக்களின் இல்லறவின்பம் பல சமயத்தார்க்கும் உரித்தே. விரிப்பிற் பெருகும்.

சிவம் எனும் திருநாமம்

முருகு, கந்தழி என்னும் பெயர்களால் போற்றப்பட்டு வந்த கடவுட்பெயர், பின்னைப் பெரிதுஞ் சிவமெனுந் திருப்பெயரால் போற்றப்படலாயிற்று. சிவம் என்பது தென்மொழி என்றும் வடமொழி என்றும் வாது செய்குநரும் தமிழ் நாட்டிலுளர். சிவம் என்பது செம்மையினடியாகப் பிறந்த தனித் தமிழ்ச் சொல்லென்றும், அச்செழுஞ் சொல்லின் பொருட் செறிவு நோக்கி வடமொழியாளர் அதைத் தம் நூற்களில் நுழைத்துத் தம்மொழியாட்சியிற் கொணர்ந்தனரென்றும் இந்நாளாராய்ச்சியாளர் சிலர் கூறுகிறார். வடமொழியாளர் சிவமெனுஞ் சொற்குக் காந்தி, மங்கலம், ஆனந்தம், அறவோர் உள்ளத்துறைவது, சராசரங்களின் தோற்ற ஒடுக்கத்துக்கு நிலைக்களனாய்க்

கிடப்பது, இருளைப் போக்கி அருளைத் தருவது, முற்றறிவுடையது, தூயது, இன்பந் தருவது முதலிய பல பொருள் விரித்துள்ளார். இப்பொருள்கள் அறிஞருள்ளத்தைக் கவரு மென்பதில் ஐயமில்லை. விரிவு வடமொழி நூல்களிற் காண்க.

சிவமெனுஞ் செம்பொருளைச் சாந்தம் சிவம் அத்வைதம் என்று வேதாந்தம் வழுத்துகிறது; சிவமெனுநாமந் தனக்கேயுடைய செம்மேனி எம்மான் என்று தமிழ் வேதம் புகழ்ந்துரைக்கிறது. சிலப்பதிகாரம் முதலிய நூல்களிலும் சிவபெருமான் பிறவா யாக்கைப் பெரியோன் என்று போற்றப்படுதல் காண்க. அடியார்க்கு நல்லாருள்ளிட்ட உரையாசிரியர் பலரும் சிவபெருமானைக் குறிக்குமிடங்களிலெல்லாம் இறைவன் என்ற சொல்லானே குறித்துச் செல்வதும் உன்னத்தக்கது. எச்சமயத்தவரும் போற்றுந் தாயுமான சுவாமிகளும் ஆண்டவனைச் சிவமெனும் நாமத்தாற் போற்றுகிறாரெனில் அத்திரு நாமத்தின் மாண்பை என்னென்றியம்புவது?

தெய்வம் வேறுள தென்பவர் சிந்தனை
நைவ ரென்பது நற்பர தற்பர
சைவ சிற்சிவ னேயுனைச் சார்ந்தவர்
உய்வரென்பதும் யானுணர்ந் தேனுற்றே

என்பது சுவாமிகள் திருவாக்கு.

சிவ என்னுந் திருநாமத்திலுள்ள தெய்வத் தன்மை நோக்கியே,

சிவசிவ என்கிலர் தீவினை யாளர்
சிவசிவ என்றிடத் தீவினை மாளும்
சிவசிவ என்றிடத் தேவரு மாவர்
சிவசிவ என்றிடச் சிவகதி தானே

என்று திருமூலநாயனாருந் திருவாய் மலர்ந்தருளினார்.

சைவம்

சி என்பது சூரியகலை என்றும், வ என்பது சந்திர கலை என்றும் யோக நூல்கள் கூறும், சிவமென்பது கடவுளியல்புகளெல்லாவற்றையும் தன்னகத்தே அடக்கியுள்ள ஒரு பெருஞ் சொல்லாகலான், அதுவே சிறப்பாகச் சைவ நன்மக்களாலும் மற்றவர்களாலுங் கொள்ளப்பட்டது. இச் சிவசம்பந்தமுடைய சமயமும் சைவம் என்னும் பெயர் பெற்றது.

தமிழ்மக்கள் கண்ட சமயம் பின்னைத் திருஞானசம்பந்தர், திருநாவுக்கரசர், சுந்தர மூர்த்தி, மாணிக்கவாசகர், திருமூலர், சேக்கிழார் முதலிய பெரியோரால் வளர்க்கப்பட்டது. முதல் நால்வரைச் சைவத் திருவாளர் சமய குரவரெனப் போற்றி வருகிறார். இவர்கள் காலத்தில் தமிழ் நாட்டில் வேறு சில கொள்கைகளும் பரவலாயின. சிறப்பாகச் சமண பௌத்த மதங்களைக் குறிப்பிடலாம். நால்வர் அருளிய தேவார திருவாசக மென்னுந் தமிழ் வேதத்தில் சமரச சன்மார்க்கத்துக்கு வேண்டப்படுஞ் செம்பொருள் பலவுஞ் செறிந்து கிடக்கின்றன. தாலிபுலாக நியாயம் பற்றி ஈண்டு இரண்டொன்று எடுத்துக் காட்டுகிறேன்.

கடவுளைப் பற்றித் தமிழ் வேதம்,

தேவராயும் அசுரராயுஞ் சித்தர் செழுமறைசேர்
நாவராயு நண்ணுபாரும் விண்ணெரிகால் நீரும்
மேவராய விரைமலரோன் செங்கண்மா லீசனென்னும்
மூவராய முதலொருவன் மேயது முதுகுன்றே

என்றும்,

இன்னவுரு இன்னநிறம் என்றறிவதேல் அரிது நீதிபலவும்
தன்ன வுருவாம்

என்றும்,

விறகிற் றீயினன் பாலிற்படு நெய்போல்
மறைய நின்றுளன் மாமணிச் சோதியான்

என்றும்,

ஒரு நாமம் ஒருவரும் ஒன்றுமில்லார்க்கு ஆயிரந்
திருநாமம் பாடிநாம் தெள்ளேணங் கொட்டாமோ

என்றும்,

ஈறிலாப் பதங்க ளியாவையுங் கடந்த
இன்பமே என்னுடை அன்பே

என்றும் முழங்குதல் காண்க.

அவ் வேதம் சமரச ஞானத்தைப் பற்றி,

வாது செய்து மயங்கு மனத்தராய்
ஏது சொல்லுவீ ராகிலும் ஏழைகாள்
யாதோர் தேவ ரெனப்படு வார்க்கெலாம்
மாதே வனலால் தேவர்மற் றில்லையே

என்றும்,

விரிவிலா அறிவினார்கள் வேறொரு சமயஞ்செய்தே
எரிவினால் சொன்னாரேனும் எம்பிராற் கேற்றதாகும்

என்றும்,

ஆறொன்றிய சமயங்களின் அவ்வவர்க்கு அப் பொருள்கள்
வேறொன் றிலாதன

என்றும்,

ஆறுசமயத் தவரவரைத் தேற்றுந் தகையன

என்றும்,

மிக்க சமயங்கள் ஆறினுருவாகி நின்ற தழலோன்

என்றும் ஓதுதல் காண்க.

இச் செம்மை நல்லுரைகள் ஒரு கூட்டத்தார்க்கோ உரியனவாகும்? அவை சமரச நாட்டமுடைய அனைவர்க்கும் உரியனவாம். எவர் எக்கருத்தை நாடினும் அவர் அக் கருத்தைத் தேவார திருவாசகத்திற் காணலாம்.

இன்றெனக் கருளி இருள்கடிந் துள்ளத்
தெழுகின்ற ஞாயிறே போன்று
நின்றநின் தன்மை நினைப்பற நினைந்தேன்
நீயலாற் பிறிதுமற் றின்மை
சென்றுசென் றணுவாய்த் தேய்ந்துதேய்ந் தொன்றாந்
திருப்பெருந் துறையுறை சிவனே
ஒன்றுநீ யல்லை யன்றியொன் றில்லை
யாருன்னை அறியகிற் பாரே

என்னுமொரு திருப்பாட்டுத் தமிழ் வேதத்தில் மிளிர்கிறதெனில் அதன் மாண்பைக் கூற யான் அருகனாவனோ?

திருமூலர் திருவாக்கில் பலசமயக் கருத்துக்கள் ஒளி செய்வதை ஈண்டு விரித்துக்கூற இடமின்மை கருதி வருந்துகிறேன். திருமூலர் அன்பே சிவம் என்ற உண்மை கண்ட அன்பர்.

ஒன்றது பேரூர் வழியா றதற்குள
என்றது போல இருமுச் சமயமும்
நன்றிது தீதிது என்றுரை யாளர்கள்
குன்று குரைத்தெழு நாயையொத் தார்களே

என்று சமரசஞான அறிவுச்சுடர் கொளுத்திய அறிஞர் அவர்.

தேயமு நாடுந் திரிந்தெங்கள் செல்வனைக்
காயமிந் நாட்டிடைக் கண்டுகொண் டேனே

என்று பொருளிடங் காட்டிய பெரியார் அவர். அவரை எவ்வறிஞர் எவ்வன்பர் எவ்யோகி எந்நாட்டார் எச் சமயத்தார் போற்றாதொழிவர்?

சேக்கிழாரின் விரிந்த நோக்கு

தெய்வச் சேக்கிழார் அன்பை என்னென்று சொல்வேன்?

எந்நிலையில் நின்றாலும் எக்கோலங் கொண்டாலும்
மன்னியசீர் சங்கரன்றாள் மறவாமை பொருளென்றே

என்றும்,

மூவேந்தர் தமிழ்வழங்கு நாட்டுக் கப்பால்
முதல்வனார் அடிசார்ந்த முறைமை யோரும்

என்றும் அப்பெரியார் அருளிய திருவாக்குகளை நோக்குழி அவர் பரந்த மனமும் விரிந்த நோக்கும் எவரை இன்புறச் செய்யா?

சைவம் வளர்த்த சந்தான குரவர்

இவ்வன்புடைய செல்வர்களால் வளர்க்கப்பட்ட சைவவான்பயிர் பின்னை மெய்கண்டார், அருணந்தி சிவாச்சாரியார், மறைஞானசம்பந்தர், உமாபதி சிவனார் ஆகிய நால்வரால் ஓம்பப்பட்டு வந்தது. இந்நால்வருஞ் சந்தான குரவரெனச் சைவ சித்தாந்திகளால் போற்றப்படுகிறார். இவர்கள் காலத்தில் தமிழ் நாட்டில் பலசமயக் கொள்கைகள் பரவி வேரூன்றின. பெரிதும் ஏகான்மவாதக் கொள்கை பரவி வந்ததென்பது இவர்கள் நூல்களால் தெரியவருகிறது. ஈண்டு வடமொழிக் கலைகளைப் பற்றிச் சிலவுரைகள் வழங்கலாமெனக் கருதுகிறேன்.

வேதமும் ஆகமமும்

சைவ உலகத்துக்கு வேதம் பொது நூல்; ஆகமம் சிறப்பு நூல். வேதத்தை வேறாகவும் ஆகமத்தை வேறாகவும் சைவர்

கொள்வதில்லை. இதனால் அவர்க்கு வைதிக சைவரென்னும் பெயரும் வழங்கி வருகிறது.

வேதமோ டாகமம் மெய்யாம் இறைவனூல்
ஓதும் பொதுவுஞ் சிறப்புமென் றுன்னுக
நாதன் உரையவை நாடில் இரண்டந்தம்
பேதம தென்னில் பெரியோர்க் கபேதமே

என்று திருமூலர் உண்மை விளக்குகிறார்.

வேதத்திற்கும் ஆகமத்திற்கும் வேற்றுமை கண்டிலேன்

என்று நீலகண்டர் வாய்மை வெளியிட்டுள்ளார்.

வேதநூல் சைவநூலென் றிரண்டே நூல்கள்
வேறுரைக்கு நூலிவற்றின் விரிந்த நூல்கள்

என்று அருணந்தி சிவனாரும் மெய்ம்மை கூறியிருக்கிறார்.

இந்நாளில் தமிழ்நாட்டிலுள்ள சில அறிஞர் வட மொழிவேதந் தமிழர்க்கு உரியதன்றென்றும், அஃது ஆரியர்க்கே உரியதென்றும் ஆராய்ச்சி யுலகிற்கு அறிவுறுத்துகிறார். ஒரு நூல் ஒரு கூட்டத்தார்க்கே உரியதாவ தெப்படி? அறிவும் ஆராய்ச்சியும் எல்லாருக்கும் பொதுவாயிலங்குவன. நியூட்டன் (Newton) என்னும் அறிஞர் கண்ட உண்மை அவரினத்தார்க்கு மட்டும் உரியதாகுமோ? ஆண்டவன் திருவருள் ஒவ்வொரு காலத்தில் ஒவ்வொருவர் அறிவில் விளங்கி ஒவ்வோர் உண்மையை வெளியிடுகிறது. சிற்றறிவும் சிறு தொழிலுமுடைய நாம் அவ்வுண்மை தேறாது பிணக்குற்றுப் போரிடுகிறோம்.

ஆரியரும் திராவிடமும்

ஒழுங்குபட்ட வடமொழி வேதமும் வேதாந்தமும் பிறவும் எந்நாட்டிடைப் பிறந்தன? ஐந்து நதி பாயும் நமது அழகிய நாட்டிலன்றோ அவை பிறந்தன? சரித்திர ஆராய்ச்சியாளர் கூற்றுப்படி ஆரியர் குளிர்மிகுந்த வடபுலத்திலிருந்து

போந்தவ ராயினும், அவர் நந்நாட்டிடைப் புகுதற்கு முன்னர், நந்நாட்டிடை மக்களாதல் நாகரிகமாதல் நிலவி யிருக்கவில்லையோ? திராவிடர் விந்தியமுங் கடந்து இமயம்வரை கோலோச்சி வாழ்ந்தனர் என்று கூறமுந்தும் ஆராய்ச்சியாளர் வடமொழி ஒரு கூட்டத் தார்க்கே உரிமையுடைத்து என்று மன்றாடுவதன் பொருள் விளங்கவில்லை. குடிபுகுந்த ஆரியர் தன்னந்தனியராய்க் காடு திருத்தி நாடாக்கி அரசுகண்டு கலைகளை வளர்த்து வந்தா ரென்று எப்படிச் சொல்லுதல் கூடும்? போந்த மக்களும் நிலையாக விருந்த மக்களும் ஒன்றுபட்டே வினைகளாற்றி யிருத்தல் வேண்டும்.

ஆரியர் நாகரிகமும் திராவிடர் நாகரிகமும் ஒன்றுபட்டு நமது நாட்டிடை யமுனை கங்கைபோல் ஓடுகின்றன. என்னுங் கருத்துப்பட வங்காளக் கவியரசர் ரவீந்திரநாதர் வெளி யிட்டுள்ள செம்மொழியும் ஆராயற்பாலது. ஆரியர் திராவிடர் என்னும் இருவரும் ஓரினத்தவராகி வேத வேதாந்த உண்மை களை நமது நாட்டுக்குத் தந்தார் என்று கொள்வது சமய உலகத்துக்கு நலஞ் செய்தாகும்.

ஆரியன் கண்டாய் தமிழன் கண்டாய்

என்பது போன்ற பல கருத்துக்கள் தமிழ் வேதத்தில் செறிந்து கிடப்பதை ஈண்டு விரிக்கிற் பெருகும்.

ஆராய்ச்சி உலகும் சமய உலகும்

பண்டை இந்திய மக்கள் திராவிடர்களா ஆரியர்களா என்று ஆராய்ந்து சில அறிஞர் தாம் தாம் கண்ட முடிவுகளை வெளியிட்டுள்ளார். ஆராய்ச்சியுலகம் கணத்துக்குக் கணம் மாறுபடுவது. முதல் முதல் மக்கள் எங்கே படைக்கப்பட் டார்கள் என்பதைப்பற்றிப் பலதிற ஆராய்ச்சிகள் நிகழ்ந்து வருகின்றன. மாறுபட்ட கருத்துக்கள் பலதிறத்தனவா யுலவு கின்றன. இப் பீடைகளைக் கொணர்ந்து சமய உலகில் நுழைத்து அன்பு நெறியைப் பாழ்படுத்தலாமோ? இதனால் ஆராய்ச்சி வேண்டுவதில்லை என்று யான் கூற முந்தவில்லை.

ஆராய்ச்சிக் கரடியை விடுத்துச் சமய உலகைக் கலக்கலாகாதென்பது எனது வேண்டுகோள்.

ஆராய்ச்சியிற் புகுவோர் நடுநிலை பிறழாத் தூயரா யிருத்தல் வேண்டும். அவர்க்கு ஒன்றனிடத்தில் காய்தலாதல் உவத்தலாதலிருத்தலாகாது. இப் பெருங் குணத்தோடு நமது நாட்டில் இந்நாளில் உண்மை ஆராய்வோர் எத்துணை பேர் என்று விரல்வைத்து எண்ணிவிடலாம். அபிமானப்பேய், ஆராய்ச்சி ஆண்டவனை வழிபட விடுமோ? நமது தமிழ்நாட்டு அறிஞர் ஆராய்ச்சி, திருஞானசம்பந்தர் பிராமணர், திருநாவுக் கரசர் வேளாளர் என்னும் உண்மைகாணும் அளவில் இப்பொழுது எட்டியிருக்கிறது! இன்னும் அவ்வாராய்ச்சி எம்முகட்டைக் கிழித்து எவ்வானத்தை முட்டுமோ அறிகிலேன்! சாதி பேதம் முதலிய பேதங்களைக் கடந்து சிவமாய் நின்ற பெரியோரைப் பற்றி அப் பேதங்களில் வீழ்ந்து நெளிவோர் என்ன கூறினும் யான் மயக்குறேன். என்னருமைச் சகோதரர் களாகிய நீங்களும் மயக்குறலாகாதென்று விண்ணப்பித்துக் கொள்கிறேன். ஆராய்ச்சி உலகு வேறு, சமய உலகு வேறு என்று மீண்டும் வலியுறுத்தி மேலே செல்கிறேன்.

வடமொழிப் பொது நூலாகிய வேதமும், வேதாந்தமும் பலதிறப்பட்ட கிடக்கைகளைக் கொண்டிருப்பது போலத் தோன்றினாலும், அவைகளை முற்றும் ஆராய்வோர்க்கு அவை களில் பன்மை புலனாகாது ஒருமையே புலனாகும். வேத வேதாந்தம் மாயையை ஓரிடத்தில் மித்தை என்று கூறும்; மற்றோரிடத்தில் நித்தியம் என்று கூறும் இம் மாறுபட்ட கருத்துக்கள் பலரை மருட்டுமென்பது திண்ணம். முழுமுதற் பொருளுண்மை காண்பதிலும் இத்தகை மருட்சி விளைத லுண்மை. எதையும் முற்றும் ஆராய்ந்து தெளிவோர் ஒரே உண்மை பெறுவர்.

வேதாந்த சாத்திரம்

பலபடப் பல கிளைகளாப் பரந்து விரிந்து கிடக்கும் வேத வேதாந்தமென்னும் பெருங்கடலில் வியாசர் என்னும் பேரறிஞர் தமது அறிவென்னுங் கோல் நாட்டிக்கடைந்து, வேதாந்த சூத்திரம் (பிரம்ம சூத்திரம்) என்னும் அமுதை உலகிற்கு ஈந்தார். அச் சூத்திரம் உரையின்றி ஆட்சியிலிருந்தபோது, வேதாந்த சித்தாந்த துவைத அத்வைதப் பிணக்குகளெழவில்லை. பின்னர் அவ்வேதாந்த சூத்திரத்துக்கு நீலகண்டர், சங்கரர், இராமாநுஜர், மத்துவர் முதலியோர் உரைகள் கண்டனர். ஒரு மூலத்துக்குப் பலர் உரை காண்டல் ஆராய்ச்சி யுலகிற்குப் பெரு விருந்தளிப்பதாகும். நமது நாட்டில் உரைகள் மதங்களாகிச் சமய வாதங்களைக் கிளப்பிக்கொண்டிருக்கின்றன. உரை கண்ட அறிஞர்களை யான் தொழுகிறேன். அவ்வுரைகளை ஆண்ட பின் சந்ததியாரின் குறுகிய நோக்கம் நாட்டுக்கே தீங்கிழைத்து வருகிறது.

பன்மையில் ஒருமை காண்க

வேதாந்த சூத்திரத்துக்கு உரை காணப் புகுந்தோர் வதிந்தி காலநிலையைச் சரித்திரக் கண்கொண்டு நோக்குவோர்க்கு எவ்விதத் திரிபும் நிகழாது. பல உரைகளையும் படித்து அவைகளில் தோன்றும் பன்மைகளில் ஒருமை காண்டல் அறிவுடைமை. வாதத்தில் நுழைந்து நம்மவர் நாட்டைச் சாக்கடையாக்கியது நமது தீவினையே யாகும். மாறுபட்ட கருத்துக்களைக் காணும்போதும் கேட்கும் போதுஞ் சினந்து, எரிந்து வேகாது, அன்புளங்கொண்டு, அவைகளை ஏற்று, உண்மை காண உழைக்கும் பெருந்தகைமையை நம்மவர் என்று பெறுவரோ அறிகிலேன்.

அறிவே பொருளெனக் கொண்ட சங்கரர், அன்பே பொரு ளெனக்கொண்ட புத்தர்பெருமான் அறிவுறுத்திய அன்புச் சமயம் - அறக்கொள்கை - ஒழுக்கநிலை மாறுபட்டு, எங்கும் கடவுளில்லை; அறிவெனும் பொருளில்லை; பூதங்களே

நித்தியம் என்னும் நாத்திக உணர்வு பரவி வேரூன்றிய காலத்தில் தோன்றினவர். அந் நாத்திகத்தை ஒழிக்க அப் பெரியார் பௌத்தர்கள் மெய்யெனக்கொண்ட சடம் பொய்ப்பொரு ளென்றும், அவர்கள் பொய்யெனப் புகன்ற சித்தொன்றே மெய்ப்பொருளென்றும் உறுதிப்படுத்துவதிலேயே தமது பெரும்பொழுதைக் கழித்தார். அவர் உழைப்பும் போதனையும் அக் காலதேவதைக்கு எத்தகை இன்பளித் திருக்குமென்பதை யான் இயம்ப வேண்டுவதில்லை.

ஒரே உண்மை பலர் வாயிலாக வெளிப்படுதல்

பௌத்தர்கள், புத்தர் அறிவுறுத்திய அறநெறிவிடுத்து நாத்திகம் போதிப்பதிலேயே எவ்வாறு கருத்துச் செலுத்தினரோ அவ்வாறு சங்கரர்க்குப் பின் வந்தாருட் சிலர், சகுண வழிபாடு அழியும் முறையில் தம் மதம் பரப்ப முயன்றனர். சங்கராச் சாரியார் ஒருமை ஞானத்தை உலகிற்கு அறிவுறுத்தினாரேனும், அவர் சகுண வழிபாட்டினின்றுஞ் சிறிதும் வழுவாது, சமய ஒழுக்கத்தைக் காத்துவந்தார். அவர் பின்வந்தார் சிலர், நாம் பிரமம் என்னுங் கொள்கையைப் பரப்புவதில் கண்ணுங் கருத்துமாயிருந்தமையால் சகுண வழிபாடு வீழலாயிற்று. அவ் வேளையில் இராமாநுஜ மத்துவ பாடியங்கள் தோன்றலாயின. அத்தோற்றமுங் காலதேவதையின் வேண்டுதலென்றே யான் கொள்வேன். ஒரே உண்மையைக் காலமிடங்களுக்கேற்ற வண்ணம் பலவாறு அறிஞர் வாயிலாக ஆண்டவனே அறிவுறுத்துகிறான் என்னும் உண்மையில் உறுதியுடையார் எவரையும் எக் கொள்கையையுங் குறை கூறார்.

மெய்கண்ட சாத்திரம்

மக்கள் வேதாந்த உண்மை காணப்பெறாது, பலதிறக் கருத்துடையவர்களாய், இடர்ப்பட்ட வேளையில் ஆண்டவ னருளால் மெய்கண்டார் தோன்றிச் சிவஞானபோதம் என்னுஞ் சீரிய நூலை உலகிற்குத் தந்தார். இந்நூல் பொது

நூலாகிய வேதத்தையும் சிறப்பு நூலாகிய ஆகமத்தையும் உடன்பாடாகக் கொள்ளுஞ் சமரச இயல்புடையது. இச் சிவஞான போதத்தையொட்டிச் செய்யுள் பாடியம் போன்ற சிவஞான சித்தி என்னும் வழி நூலும், அதைத் தழுவிச் சிவப் பிரகாசம் முதலிய சார்பு நூல்களுந் தோன்றின. இவைகட்கு மெய்கண்ட சாத்திரமென்னும் பொதுப்பெயர் வழங்கி வருகிறது. இது வேதாந்த ஆராய்ச்சியில் நேர்ந்த பிணக்குகளை ஒழிக்க எழுந்த சித்தாந்த நூலென்பது.

வேதாந்தத் தெளிவாஞ் சைவசித் தாந்தத்
திறனிங்குத் தெரிக்க லுற்றாம்

எனவரூஉம் உமாபதி சிவத்தின் திருவாக்கான் வலியுறுத்தப் படுதல் காண்க.

தன்னந்தனியராய் தமிழ்மக்கள் கண்ட சமயம், முதல் முதல் சமணம், பௌத்தம் முதலிய சமயங்களோடு கூட்டுறவு கொண்டு, பின் வடமொழிக் கலைகளோடு நட்புப் பெற்று, ஏகான்ம வாதம் முதலிய சமயங்களோடு உறவாடி, முடிவில் மெய்கண்டார்வழிச் சித்தாந்த உருவடைந்து, உலகில் அருணெறியாகி வளர்ந்து வருகிறது.

இனி மெய்கண்ட சாத்திரம் தற்போதைய உலகம் விரும்பும் சமரச ஞானத்தை எவ்வளவில் தழுவி நிற்கிறது என்பதைச் சிறிது ஆராய்வோம். மெய்கண்ட சாத்திரம் தத்துவம் முப்பத்தாறை யும் பொருளாகக் கொண்டிருக்கிறது. (முப்பத்தாறின் விரிவு தொண்ணூற்றாறு; விளக்கம் தத்துவக் கட்டளைகளிற் காண்க.) ஒவ்வொரு தத்துவமும், ஒவ்வொரு சமயப் பொருளாக விளங்குவது. முப்பத்தாறையும் பொருளாக் கொண்ட மெய் கண்ட சாத்திரம் எத்தத்துவத்தை - எச்சமயத்தை - ஒதுக்கல் கூடும்? எதைக் குறைகூறல் கூடும்? சைவ சித்தாந்தம் தனித்தும் எல்லாச் சமயங்களிலும் ஊடுருவிப் பாய்ந்தும் நிற்பது. எல்லாச் சமயங்களுஞ் சேர்ந்த ஒன்றே சைவ சித்தாந்த மென்றுங் கூறலாம். சைவ சித்தாந்தம் யானை கண்ட குருடர் பிணக்கைப் போக்கிய

ஒருவனையொத்திருக் கிறது. சைவ சித்தாந்தம் தனக்கு வேறாக ஒரு சமயம் இருக்கிறதென்று நினைக்க இடம்பெறவில்லை. சைவ சித்தாந்திகள் என்று தங்களைச் சொல்லிக்கொள்ளுஞ் சிலர்பால் வேற்றுமை உணர்விருக்கலாம். ஆனால் சைவ சித்தாந்தத்தில் வேற்றுமைக் கிடமில்லை. இவ்வுண்மையை,

ஓது சமயங்கள் பொருளுணரு நூல்கள்
ஒன்றோடொன்று ஒவ்வாமல் உளபலவும் இவற்றுள்
யாது சமயம் பொருள்நூல்யா திங்கென்னில்
இதுவாகும் அதுவல்ல எனும்பிணக்க தின்றி
நீதியினால் இவையெல்லாம் ஓரிடத்தே காண
நிற்பதுயா தொருசமயம் அதுசமயம் பொருணூல்

எனவரூஉம் அருணந்தி சிவாச்சாரியார் திருவாக்கானுணர்க மற்றுமோரிடத்தில் அவ்வறிஞர்,

வாழ்வெனும் மையல் விட்டு வறுமையாஞ் சிறுமை தப்பித்
தாழ்வெனுந் தன்மை யோடுஞ் சைவமாஞ் சமயஞ் சாரும்
ஊழ்பெற லரிது

என்னுஞ் செய்யுளில் சைவத்தின் நுண்ணியலை மக்கட்கு அறிவுறுத்தி யிருக்கிறார். தாழ்வுள்ள இடத்தில், அதாவது முனைப்பற்ற இடத்தில் சைவம் பொலியுமென்று மெய்கண்ட சாத்திரஞ் சாற்றுகிறது. அந்நிலை பெற்றோர் எவராயினுமாக, அவர் தென்னாட்டாராக; வடநாட்டாராக; கீழ் நாட்டாராக; மேல்நாட்டாராக. எவருள்ளத்தில் சீவபோதமில்லாத தாழ்வு ஏற்படுகிறதோ அங்கே சிவம் விளங்குமென்க. அச் சிவ சம்பந்த மாகிய சைவம் பிறப்பையொட்டிய தாமோ? மொழியை யொட்டியதாமோ? நாட்டை யொட்டிய தாமோ? பிற வேற்றுமைகளை யொட்டியதாமோ? ஆகாது ஆகாது.

நான்கெட்ட வாபாடித் தெள்ளேணங் கொட்டாமோ

என்றார் மாணிக்கவாசகனாரும். இந் நிலையை உலகம் சைவ மென்றழைப்பினும் அழைக்க; அல்லது வேறெப்பெயரிட் டழைப்பினும் அழைக்க.

வழிபாட்டுமுறை

மெய்கண்ட சாத்திரத்தின் சமரச நுண்மை, அது குறிக்குஞ் சமய வழிபாட்டுமுறைகளாலும் இனிது விளங்கும். அச் சாத்திரம் வழிபாட்டுக்கெனச் சரியை கிரியை யோகம் ஞானம் என்னும் நான்கு படிகள் வகுத்திருக்கிறது. இவைகள் முறையே உருவ வழிபாடு (சரியை), அருவுருவ வழிபாடு (கிரியை), அருவ வழிபாடு (யோகம்) இவை கடந்த ஒரு பெருநிலை (ஞானம்) எனப்படும். உலகிலுள்ள சமயங்களின் வழிபாடுகளை நோக் குழிச் சில உருவ வழிபாட்டையும், சில அருவுருவ வழிபாட்டையும் சில அருவ வழிபாட்டையும், சில ஞான வழிபாட்டையுங் கொண்டிருத்தல் காணலாம். சைவ சித்தாந்தம் இந்நான்கையும் கொண்டிருப்பதால் அச்சமயங்களெல்லாம் சைவ சித்தாந்தத் துக்கு வேறாக எங்ஙனம் நிலவும்? மெய் கண்ட நூல் அறிவுறுத்துஞ் சமயம் உலகில் சரியா மதமாய், கிரியா மதமாய், யோக மதமாய், ஞான மதமாய் யாண்டும் பரந்து விளங்கும் ஒரு பெருஞ் சமரச சமயமென்பதையோர்ந்துணர்க. சரியை கிரியை யோகம் ஞானம் ஆகிய இவைகள் ஒன்றற்கொன்று இயைபின்றி இயங்குவன வல்ல. இந் நான்கும் அரும்பு மலர் காய் கனிபோல் ஒன்றற் கொன்று தொடர்புண்டு கிடப்பன.

சரியா கிரியா யோகஞ் செலுத்தியபின்
ஞானத்தால் சிவனடியைச் சேர்வர்

என்று மெய்கண்ட சாத்திரம் புகலுதல் காண்க.

முப்பொருளுண்மை

இனி மெய்கண்ட சாத்திரம் அறிவுறுத்தும் பொரு ளுண்மைமீது சிறிதுநேரங் கருத்தைச் செலுத்துவோம். மெய்கண்ட சாத்திரம் முப்பொருளுண்மை கூறுகிறது. உலகு

உயிர் கடவுள் ஆகிய இம் மூன்றும் அநாதி நித்திய மென்னுங் கொள்கையை அடிப்படையாகக் கொண்டு சைவ சித்தாந்தம் இயங்குகிறது. இம் மூன்றனுள் ஒன்றையோ இரண்டையோ அல்லது மூன்றையுமோ சமயங்கள் பொருளாக் கொண்டிருக் கின்றன. சைவ சித்தாந்தம் முப்பொருட்கும் உண்மை கூறலான், அதன்கண் எச் சமயப் பொருளுண்மையுங் காணலாம்.

காணும் உலகு நிலை

முதலாவது கண்கூடாகத் தோன்றும் உலகை எடுத்துக் கொள்வோம். உலகைச் சிலர் நித்தியமென்றும், சிலர் அநித்திய மென்றுங் கூறுகிறார். காரியத் தோற்றத்தை அநித்தியமென்று சொல்வதில் பலர்க்குக் கருத்து வேற்றுமை யில்லை. காரணத்திற்கு நித்தியா நித்தியம் கழறுவதில் பலதிறக் கருத்து வேற்றுமைகளுண்டு.

உலகம் நாமரூபத்தோடு விளங்கலான் அஃது அழிதன் மாலையதே. அஃது அழிந்தொடுங்குங் காரணமெது என்பது ஆராயற்பாற்று. காரிய உலகம் சடமாயிருத்தலால் காரணமுஞ் சடமாயிருத்தல் வேண்டுமென்பது சிலர் கொள்கை. அஃது அணுவாயினுமாக; பரமாணுவாயினுமாக; அல்லது வேறு எச்சக்தியாயினுமாக. அது சடமாயிருத்தல் வேண்டுமென்பது அவராராய்ச்சியாற்போந்த உண்மை.

உலகம் பொய்தோற்ற முடையதாகலின் அஃதொரு சடத்தினின்றுந் தோன்ற வேண்டுவதில்லையென்றும், அது சித்தெனுஞ் செம்பொருளின் சாயலேயென்றுஞ் சில அறிஞர் வாதிப்பர். இஃது அறிவொன்றே பொருளென்போர் கூற்று. இதற்கு முற்றும் மாறாகச் சடப்பொருள் ஆராய்ச்சியாளர் அறைகிறார். இவர் ஆகாயத்திற்கோட்டை கட்டுபவரல்லர். இவர் கூற்றுங் கவனிக்கற் பாலதே. இவ்வறிஞர். அறிவெனுஞ் செம்பொருட்குத் தனி யிருப்பில்லையென்றும், அவ்வறிவு சடத்தினின்றும் பிறக்கிறதென்றுந் தம்மாராய்ச்சிவழி நின்று பகர்கிறார். இவ்வாறே இவ்வாராய்ச்சித் துறையில் கைபோய

ஆசிரியர் ஹெக்கல் உள்ளிட்ட கூர்த்த மதியினர் கருதுகிறார். இயற்கை ஆராய்ச்சி உலகில் ஆசிரியர் ஹெக்கலுக்குள்ள மதிப்பு எவர்க்குமில்லை யென்று சொல்லலாம். அவர்கண்ட பல உண்மைகளை அடிப்படையாகக் கொண்டே மேல்நாட்டு அறிஞர் பற்பலவாறு இயற்கையை ஆய்ந்து வருகிறார். ஆசிரியர் ஹெக்கல் எழுதிய தி ரிட்டல் ஆப் தி யுனிவர் *(The Riddle of the Universe)* என்னும் நூலுக்கு மறுப்பெழுதப் புகுந்த அறிஞர் ஸர் ஒலிவர் லாட்ஜும் ஏனையோரும் சடத்தைப் பொய்யென் றாதல் அது சித்தின் பரிணாம மென்றாதல் உரைத்தாரில்லை. அறிவெனுந் தனிப் பொருளுண்மையையே அன்னார் வலியுறுத்து கிறார். இயற்கையை ஆராய்வோர் தாங்கண்ட அளவு உண்மை கூறிக் காணாதவற்றை ஆராயுங் கருத்துடையார். அவர் தங் கருத்துக்குப் பொருளாகாத எதையும் உண்மையென்று நிறுவ ஒருப்படார். அம்மெய்யர்கள் கண்டவரை உண்மையென்று உலகமும் ஒப்பும். மேல்நாட்டு மனோதத்துவ சாத்திரிகளும் உலகு உயிர் கடவுளைப்பற்றிப் பலவாறு உரைத்திருக்கிறார்கள். அவ்வுரைகள் யாவும் பூதபௌதிக ஆராய்ச்சிக்காரரால் வலியுறுத்தப்பட்டாலன்றி உண்மை உலகம் அவைகளை ஏற்றுக் கொள்ளாதென்க.

உலகுபற்றி மெய்கண்ட சாத்திரம்

மெய்கண்ட சாத்திரம் இதைப்பற்றி என்ன அறிவுறுத்து கிறது? அந்நூல் அறிவினின்றுஞ் சடந் தோன்றுகிறதென்பதை யாதல், சடத்தினின்றும் அறிவு தோன்றுகிறதென்பதையாதல் ஏற்றுக்கொள்ளவில்லை. சடம் தனியிருப்புடைய ஒரு பொரு ளென்றும், அஃது அறிவுப் பொருள் முயற்சியால் தொழிற் படுகிறதென்றும் அந்நூல் அறிவுறுத்துகிறது.

உலகம் காரியமென்பதும், அது மாயையினின்றுந் தோன்றுகிற தென்பதும் இந்நாட்டறிஞர் பலர் ஒப்ப முடிந்த உண்மை. ஆனால், காரணமாய மாயை உள் பொருளா இல்பொருளா என்னும் பெருவழக்கு நீண்ட காலமாக நாட்டில் நடைபெற்று வருகிறது. மித்தை அநிர்வசனியம் என்னுஞ் சொற்கள் நமது

நாட்டில் உலவாத எந்த மூலைமுடுக்குகளு மில்லை. வழக்கெல்லாம் பாரமார்த்திக நிலையை - முத்த நிலையைப் பற்றியனவே யன்றி, விவகாரத்தில் பெத்த நிலையில் - ஒன்றுமில்லை. விவகாரத்தில் உலகம் பொய்யென்று சொல்வோர் எவருமில்லை. பாரமார்த்திகத்தில் மாயை இருக்கிறதா இல்லையா என்பதைப்பற்றிய விவாதம் அவசியமோ? பேச்சற்ற இடத்தில் வாதமேது? வழக்கேது?

இயற்கை அன்னை

யான் மாயையைப் பொய்யென்று கூறேன். அஃது என்னைவிட்டுப் பொய்யாகப் பொன்றுங் காலம் நேரின் நேர்க. அதைக் குறித்து எனக்குக் கவலையில்லை. யான் தோன்றத் துணைநின்று, என்னுடன் உடலாய், அவ்வுடல் வழியான் அறிவு விளங்கப் பெறவும் இன்பநுகரவும் செஞ் ஞாயிற் றொளியாய், வெள்ளிய நிலவாய், எழின் மலையாய், மணி கொழிக்கும் அருவியாய், செழும்பொழிலாய், அழகிய மலராய் இனிய பெண்ணமுதாய், செம்பாவாய், பல்கலையாய் எனக்குறுதுணை செய்துவரும் எனது இயற்கை அன்னையை - மாயாதேவியை - யான் எவ்வாறு பொய்யென்பேன்? இயற்கைத் தாயன்றோ தனது தலைவனாம் இறைவன் உண்மையை அறிவிக்கிறாள்? அவள் அளித்த வாழ்வன்றோ நமது வாழ்வு? அவ்வாழ்வோ டிசைந்த இன்பமன்றோ இறையின்பம்?

இறைகளோ டிசைந்த இன்பம்
இன்பத்தோ டிசைந்த வாழ்வு

என்று வன்றொண்டப் பெருந்தகையார் நமக்கு அறிவுறுத்திப் போந்தார். இத்திருவாக்கின் பெருக்கே வங்காளக் கவியரசர் யாத்த கீதாஞ்சலி என்னும் உலகுபுகழ் நூல்.

இறைவன் வடிவா யிலங்கும் இயற்கையைப் பொய் பொய் யென்று இன்பமிழந்து வாடுகிறோம். நம்மாண் மக்களிடத்து ஆண்மை காணோம்? பெண் மக்களிடத்துப் பெண்மை காணோம். நாம் மக்களில் மிக இழிநிலை எய்தியிருக்கிறோம்.

உலகம் பொய்யென்ற பேச்சும் எழுத்தும் போதும்! போதும்! திலகர் பெருமான் எழுதியுள்ள கீதா ரகசியத்தை ஆராய்ந்து பார்க்க.

உலகுண்மையைப் பாரமார்த்திக நிலையில் மறுப்போரும் விவகார நிலையில் மாறாது நின்று உண்மைக்குத் துணைபோத லால், எச்சமயத்தாரும் மெய்கண்ட நூல் அறிவுறுத்தும் உலகுண்மையை ஏற்பர் என்பது ஒருதலை.

உயிரின் நிலை

இனி உயிரைப்பற்றிச் சைவ சித்தாந்த மெய்கண்ட நூல் என்ன உரைக்கிறது என்பதை நோக்குவோம். உயிர் ஒருவரால் படைக்கப்பட்டதன்று என்றும், அஃதென்று மிருப்பதென்றும், ஆனால் அஃது அறிவிலாச் சடப் பொருளுமன்று முற்றறி வுடைய சித்துப் பொருளுமன்று என்றும், பொருளுண்மையில் உயிர் இவைகளுக்கு வேறாக எண்ணப்படினும் அது தனித்து நிற்குமியல்பின தன்றென்றும், உயிர் சடத்தொடு கூடும்போது சடமாகவும் சித்துடன் கூடும்போது சித்தாகவும் சார்ந்த தன் வண்ணமாயிருப்பதென்றும் மெய்கண்டநூல் முழங்குகிறது. இவ்வாறெல்லாம் வளைந்து வளைந்து கூறாது உயிரைச் சித்தென்று கூறலாமே என்னும் வினா எழலாம். சித்தாந்தம், உயிர்க்கு அறியாமை இயல்பாய் அமைந்து கிடப்பதென்னும் உறுதியுடையதாகலான், அஃது உயிரை முற்றறிவுடைய சித்தென்று எவ்வாறு சொல்லும்?

உயிர்க்கு அறியாமை யுண்டு என்று ஏகான்மவாதிகளும் ஒத்துக்கொள்கிறார்கள். ஆனால் அவர்கள் அதைப் பொரு ளாகக் கொள்கிறார்களில்லை. அஃது இடையிற்றோன்றும் ஒரு பொய்த் தோற்றமென்று அவ்வறிஞர்கள் அறைகிறார்கள். அத் தோற்றமற்ற இடமே வீடு என்றும் அவர்கள் சொல்கிறார்கள். சைவசித்தாந்தம் உள்ள ஒன்றினின்றும் ஒன்று தோன்றுமே யன்றி, ஒன்றுமில்லாத பாழினின்றும் எதுவுந் தோன்றா தென்னுங் கொள்கையில் உறுதியுடையதாகலின்,

அது பொய்த் தோற்றக் கூற்றை ஏற்பதில்லை. பொய்த் தோற்றம் எங்கிருந்து தோன்றிற்று என்று சித்தாந்தங் கேட்கிறது.

உயிர்க்கு அறியாமை இயல்பாக உண்டு என்று சித்தாந்தந் தெரிப்பதால் அது (சித்தாந்தம்) முத்தியிலும் அதன் (உயிரின்) அறியாமையின் ஒடுக்கஞ் சொல்லுகிறதன்றி நீக்கஞ் சொல்வ தில்லை. ஞாயிறு முன்னே தாரகைகளின் ஒளி விளங்கித் தோன்றா திருப்பதுபோல முத்தியிலும் ஆணவம் (அறியாமை) தன்வினை குன்றிக் கிடக்கிறது என்று சொல்லப்படுகிறது. அறியாமை அநித்திய மென்போர் தங்கோளுக்கேற்ப வீடுபேறு விளம்புகிறார்; நித்தியமென்போர் தங்கோளுக்கேற்ப வீடுபேறு குறிக்கிறார். மனவுணர்வும் தருக்கநிலையும் உள்ள மட்டும் எல்லாம் பேதமாகத் தோன்றுதலியல்பு. இங்கே,

உங்கள் பேத மன்றியே உண்மை பேதமில்லையே

என்னுஞ் சிவவாக்கியர் திருவாக்கு நினைவிற்கு வருகிறது.

படைப்பு நிகழ்ச்சி

உயிர், அறியாமை என்னுங் கட்டால் பிணிக்கப்பட்டிருப் பதால், படைப்பு என்பதொன்று நிகழ்ந்துவருகிறது. படைப் பென்றால் சூந்யத்தினின்றும் ஒன்றைப் புதிதாக உண்டுபண்ணுவ தன்று; உள்ள ஒன்றையே காரியப்படுத்துவது. உயிர்கள் முற்றறிவுடைய கடவுளாயின், ஏன் உடல் தாங்கி உலகில் வருதல் வேண்டும்? உடல் உலகம் எல்லாம் பொய்யென்றும் படைப்பு முதலியன யாவும் பாவனையென்றுஞ் சொல்லப்படுகின்றன. வாதத்தையும் விவகாரத்தையும் அவ்வறிஞர்கள் பாவனையாகக் கொண்டால் அவர்கட்குப் பெரிதும் நன்றியறிதலுடையவனா யிருப்பேன். (நிற்க) பாவனைத் தோற்றம் எங்கிருந்து முளைத்தது என்னும் வினாவிற்கு, அறிவுக்கெட்டாத கேள்வி; தர்க்கத்துக் குரிய தன்று; அப்பா! இருந்து பார் என்னும் விடை எழுகிறது. இவ்வினாவிற்குச், சைவ சித்தாந்தம்,

உயிர்கட்டுடைய தாகலின், அக் கட்டையறுத்துத் தன்னைப்போல் அதை (உயிரை) ஆக்க வேண்டுமென்னுங் கருணை மேலீட்டான், கட்டில்லா ஆண்டவன் (உயிரின் கட்டை - அறியாமையைப் போக்கி, அதன் அறிவை விளக்க) உள்பொருளாகிய மாயையைத் தனுகரண புவன போகங்களாகக் காரியப் படுத்தி உயிர்க்கு உதவுகிறான் என்னும் விடையிறுக்கிறது.

என்று நீ அன்றுநான் உன்னடிமை யல்லவோ

என்றும்,

அருளுடைய பரமென்றோ அன்றுதானே யானுளன்
எனக்கே ஆணவாதி பெருகுவினைக் கட்டென்றும்**

என்றும்,

காரிட்ட ஆணவக் கருவறையில் அறிவற்ற
கண்ணிலாக் குழவியைப் போல் கட்டுண் டிருந்த எமை**

என்றும் தாயுமானார் தமது அனுபவத்தைத் தெரிவித்திருக் கிறார். விவகாரத்தில் உயிருண்மையும் அதற்கு ஆணவமுண்மை யும் ஏகான்ம வாதிகளாலும் மறுக்கப்படுவதில்லை.

ஆணவம் - கர்மம் - மாயை - பாசம்

அறியாமையோடு கூடிச் செயலின்றிக் கிடந்த உயிர், தனுகரண புவன போகங்களைப் பெற்றதும் அறிவு விளங்கிச் செயல் பெறுகிறது. அச்செயலே வினையென்றுங் கர்ம மென்றுஞ் சொல்லப்படுகிறது. உள்ளதற்கே தோற்றங் கூறும் அறத்தை அடிப்படையாகச் சைவ சித்தாந்தங் கொண்டுள் ளமையால், கர்மமென்பதும் மாயையில் கரந்து நின்று, அம் மாயை காரியப்பட்டு உடலாம்போது விளங்கித் தோன்றுகிற தென்று, அது (சித்தாந்தம்) பகர்கிறது. (ஆணவம் கர்மம் மாயை ஆகிய

மூன்றையுஞ் சேர்த்துப் பாசமென்ற ஒரு சொல்லான் சித்தாந்த நூல்கள் சொல்லும்.)

உயிர் சார்ந்ததன் வண்ணமாதல்

உயிர் தனித்து நில்லாது சார்ந்ததன் வண்ணமாயிருப்ப தென்று மெய்கண்ட சாத்திரம் மொழிவது பெரிதுங் கருதற் பாலது.

இந்தஉடல் அறிவு அறியாமையும் நீயில்லை
யாதொன்று பற்றின் அதன் இயல்பாய் நின்று
பந்தமறும் பளிங்கனைய சித்து நீ

என்று தாயுமானவர் உயிரியல்பு தெரித்தல் காண்க.

எவரெவர் எவ்வெவ்வழிபற்றி ஒழுகுகிறாரோ, அவரவர் அவ்வவ்வழி ஒழுக்க நீரராதலியல்பு. உணவுக்கேற்ற குணம் பெறுதலும் ஈண்டு உன்னத்தக்கது.

சேரிட மறிந்துசேர்

என்னும் பழமொழியின் உள்ளக்கிடக்கையும் சார்ந்ததன் வண்ணமென்னும் உண்மையை வலியுறுத்துவது.

நிலத்தியல்பால் நீர்திரிந் தற்றாகும் மாந்தர்க்கு
இனத்தியல்ப தாகும் அறிவு

என்றார் திருவள்ளுவரும்.

உலகியல் எடுத்துக்காட்டுகளை இங்கே பலபடக் கூற விரும்புகிறேனில்லை. உலகியலில் உயிர்கள் நிலை கலப்புற்றுப் புலப்படுத்தும் உண்மைகளை உறுதிப்படுத்தக் காட்சியளவையே சாலும்; பிற வேண்டுவதில்லை, உலகைக்கொண்டு உயிருண்மை யையும், இரண்டையுங் கொண்டு ஆண்டவனுண்மையையுங் கண்டு, உயிர் இரண்டுமல்லாத ஒன்றாய்ச் சார்ந்ததன் வண்ணமா யிருக்கும் நுட்பத்தை உலகிற்குணர்த்திய தமிழ்மக்களின் ஆராய்ச்சி முதுமை வியக்கற்பாலதே.

நிட்காமியப்பணி - இறைபணி

அறியாமையோடு கூடிய உயிர், ஆண்டவனருளால் தனு கரண புவன போகங்களை அடைந்து, அவைகளால் விளங்கப் பெற்ற தன்னறிவால், தனக்கு வாழ்வளித்த பெரு வாழ்வாம் ஆண்டவன் அருட்டிறத்தைப் புகழ்ந்து புகழ்ந்து நிட்காமியப் பணியாற்றி வரின், ஆகாமிய வினை பீடித்தலின்றிப் பேரின்பம் நுகரும். உயிர் அவ்வருள்வழி நில்லாது, ஆண்டவன் உதவியை மறந்து, தான் என்று இறுமாந்து, காமியப் பணியாற்றினால் பிறவி வேரறாது; துன்பம் வளர்ந்துகொண்டே போகும். இவ்வுண்மை கண்டே மணிவாசகனார்,

கண்ணுதலோன் தன்கருணைக் கண்காட்ட வந்தெய்தி
எண்ணுதற்கும் எட்டா எழிலார் கழலிறைஞ்சி
விண்ணிறைந்து மண்ணிறைந்து மிக்காய் விளங்கொளியாய்
எண்ணிறந் தெல்லை யிலாதானே நின்பெருஞ்சீர்
பொல்லா வினையேன் புகழுமா றொன்றறியேன்
புல்லாகிப் பூடாய்ப் புழுவாய் மரமாகிப்
பல்விருக மாகிப் பறவையாய்ப் பாம்பாகிக்
கல்லாய் மனிதராய்ப் பேயாய்க் கணங்களாய்
வல்ல சுரராகி முனிவராய்த் தேவராய்ச்
செல்லாஅ நின்றஇத் தாவர சங்கமத்துள்
எல்லாப் பிறப்பும் பிறந்திளைத்தேன் எம்பெருமான்
மெய்யேஉன் பொன்னடிகள் கண்டின்று வீடுற்றேன்

என்று அருளிய திருவாக்கை நோக்குக.

உயிர், ஆணவத்தோ டத்துவிதமா யிருப்பதினின்றும் நீங்கி, மெய்ஞ்ஞானத் தாணுவினோ டத்துவிதமாதற்கு நிட் காமியப் பணியென்னும் இறைபணி நிற்றல் வேண்டுமென்க. இதை அனைவரும் ஏற்றுக்கொள்வர்.

கடவுள் நிலை

இனிக் கடவுள் நிலையைப் பற்றிச் சித்தாந்தம் என்ன கூறுகிறது? இதைப்பற்றி விரித்துரைக்க வேண்டுவதில்லை, சிலவுரை பகர்ந்து மேற்செல்கிறேன். கடவுளைப் பற்றி மெய் கண்ட சாத்திரம்,

பலகலையா கமவேதம் யாவையினுங் கருத்துப்
பதிபசுபா சந்தெரித்தல் பதிபரமே அதுதான்
நிலவும்அரு வுருவின்றிக் குணங்குறிக ளின்றி
நின்மலமாய் ஏகமாய் நித்த மாகி
அலகிலுயிர்க் குணர் வாகி அசல மாகி
அகண்டிதமாய் ஆனந்த உருவா யன்றிச்
செலவரிதாய்ச் செல்கதியாய்ச் சிறிதாகிப் பெரிதாய்த்
திகழ்வதுதற் சிவமென்பர் தெளிந்து ளோரே

என்று சுருங்கச் சொல்லி விளங்கவைத்திருத்தலை உன்னுக.

சைவ சித்தாந்தக் கடவுள் பிறப்பில்லாததென்பதையும், மும்மூர்த்திகளையுங் கடந்த முதற்பொருளென்பதையுஞ் சிறப்பாக ஈண்டு எடுத்துக்காட்ட விரும்புகிறேன். பௌராணிக மதம் எல்லாவற்றையும் குழப்பிக் கூறலான், இச் சிறப்பை இங்கே குறித்தல் நேர்ந்தது. ஆண்டவன் பிறப்பில்லாதவன் என்பதை,

பிறப்பில் பெருமானை
பிறப்போ டிறப்பென்றும் இல்லா தான்காண்
பாலனாய் வளர்ந்திலாப் பான்மை யானே
பெண்ணாண் பிறப்பிலியாய்
தோற்றக்கே டில்லா தான்காண்
பிறவாது மிறவாதும் பெருகி னானை
பிறவாத பெருமையானை

என வரூஉம் தமிழ் வேத மெய்ம்மொழிகளிற் காண்க. இவை போன்ற மொழிகள் பன்னூற்றுக் கணக்காகக் கிடக்கின்றன.

பிறப்பு இயல்புடைய உயிர்களைச் சைவ சமயம் தத்துவம் கடந்த தனிப்பரம் பொருளாகக் கொள்வதில்லை. சைவத்துக்குள்ள தனிச் சிறப்புக்களுள் இஃதொன்று. இலாம் மதமும் ஆண்டவனுக்குப் பிறப்பிறப்புக் கூறுவதில்லை. சில சமயங்கள், அறிவால் அன்பால் கடவுள் நிலை பெற்ற உயிர் களைக் கடவுளாகக்கருதி வழிபட்டு வருகின்றன. கடவுள் நிலை பெற்ற உயிர்களை அன்பு மிகுதியால் கடவுளாக வழிபடுவதுங் கடவுளை வழிபடுவதேயாகும். கடவுள் பிறப்பிறப்பில்லாதவர் என்பதொன்றே ஈண்டுக் கருதற்பாற்று. வழிபாட்டைப் பற்றிய கவலை நமக்கு வேண்டா.

செத்துச் செத்துப் பிறப்பதே தேவென்று
பத்தி செய்மனப் பாறைகட் கேறுமோ

என்று அப்பர் சுவாமிகளும்,

அல்லலாந் தொழிற்படைத்தே அடிக்கடி யுருவெடுத்தே
மல்லல்மா ஞாலங்காக்க வருபவர் கடவுளென்னில்
தொல்லையாம் பிறவிவேலை தொலைந்திடாது இருள் நீங்காது
நல்லது மாயைதானும் நானென வந்துநிற்கும்

என்று தாயுமான சுவாமிகளும் ஓதியிருத்தலை நோக்குக.

இறைவன் மூவர் முதல்வன் என்பதனை,

மூவராய முதலொருவன்
மூவர்கோன்
மூவர்க்கு முதலானான் காண்
மூவரறியாச் சிந்தூரச் சேவடியானை
முப்பத்து மூவரும் மற்றொழிந்த
தேவருங் காணாச் சிவபெருமான்
மூவரு மறிகிலர்

என வரூஉந் தமிழ்மறை யுரைகளாலுணர்க.

தமிழ் நாட்டிற்றோன்றிய ஆழ்வார்கள் அருளிய நாலாயிரப் பிரபந்தமும் தமிழ் மறையாக நம் மக்களால் போற்றப்பட்டு வருகிறது. அம்மறையுங் கடவுளை நான்காவது பொருளென்றே முறையிடுகிறது.

மூவராகிய மூர்த்தியை முதல்
மூவர்க்கு முதல்வன் தன்னை
மூவர் தம்முளும் ஆதியை
மூவர் முதல்வன் மூவுலகாளி

என வரூஉம் நம்மாழ்வார் திருவாய் மொழிகளை ஓர்க. வடமொழி வேதமும் எல்லாம் வல்ல இறைவனைச் சதுர்த்தம் என்று சாற்றுகிறது. நால்வரும் ஆழ்வாரும் முறையே இறைவனைச் சிவமென்னும் பெயராலும் திருமாலென்னும் பெயராலும் ஓதினாலும், அவ்விரு பெரியோர் உள்ள முழுவதும் நான்காவது பொருளில் பதிந்து கிடந்தது கருதத்தக்கது. கடவுள் பெயரைப் பற்றிய வாதம் நமக்கு வேண்டுவதில்லை. பெயர் எதுவாயினுமாக, ஜிஹோவா, அல்லா முதலியனவாயினுமாக.

முழுமுதற் பொருள்

நால்வரும் ஆழ்வாரும் மும்மூர்த்திகளுள் வைத்து எண்ணப்படும் உருத்திரனையாதல் விஷ்ணுவையாதல் முழுமுதற் பொருளாகக் கொண்டாரில்லை நால்வர் விட்டுணு கடவுளல்ல என்று சொற்றதும், ஆழ்வார் அரண் கடவுளல்ல என்று சொற்றதும் மும்மூர்த்திகளுள் விளங்கும் விட்டுணுவை யும் அரனையுமெனக் கொள்க. அயன் அரி அரன் என்னும் மூவரும் நான்காவது பொருளாம் ஆண்டவன் அருட்சக்தி வழிநின்று படைத்தளித் தழிக்குந் தொழிலாற்றலான்1 அவர் செயலைக் கடவுள் செயலாகக் கூறுதல் நம்மனோர் மரபு. அதனால் மும்மூர்த்திகள் கூறாக உலகிடைத் தோன்றி உலகை யோம்பும் பெரியோர்களைக் கடவுள் கூறாக நம்மவர்களிற் சிலர் வழிபட்டு வருவதுந்

தொன்றுதொட்ட வழக்கமாயிற்று. விரிக்கிற் பெருகும். இது நிற்க.

சைவ சித்தாந்தம் முப்பொருளுண்மை கூறினாலும் பொருளொன்றே என்னும் கொள்கையையும், வேறு வேறு என்னுங் கொள்கையையும் தன்னகத்தே தாங்கி நிற்றலால் எக் கொள்கையினரிடத்தும் அது மாறுபட்டு நிற்பதில்லை. கடவுள் உலகுயிரோடு நீக்கமறக் கலந்து நிற்றலானும், கடவுளுக்கு வேறாகப் பிரிந்து உலகும் உயிரும் நிற்றலின்மையானும் கலப்பால் ஒற்றுமையும் பொருடன்மையால் வேற்றுமையுஞ் சைவ சித்தாந்தந் தெரிவிக்கிறது. பொருளொன்றே என்று கூறுவோரை நோக்கி, ஆம் கலப்பால் ஒன்றே என்றும், பொருள் வேறு வேறு என்போரை நோக்கி ஆம் பொருட் டன்மையால் வேறு வேறு என்றும் இருவரையும் தன்னுடன் சேர்த்துப் பிணக்கொழிக்கும் பெருந்தகைமை வாய்ந்தது சைவ சித்தாந்தம். கலப்பால் ஒற்றுமையும் பொருட்டன்மையால் வேற்றுமையுமுடைய ஒரு நிலையையே சைவ சித்தாந்தம் அத்துவிதம் என்று சொல்கிறது.

உலகெலா மாகி வேறாய் உடனுமாய்

என்று மெய்கண்ட சாத்திரம் முழங்குகிறது.

அத்துவிதம்

அத்துவிதமென்னுஞ் சொல்லிலுள்ள அகரத்துக்கு மெய்கண்டார் அன்மைப் பொருள் கொண்டார். எண்ணுப் பெயர்முன் வரும் அகரம் அன்மைப் பொருள் குறிக்குமென்பது அவர் கருத்து. ஒன்றென்பதற்கு ஏகமென்னுஞ் சொல்லிருப்ப, இரண்டைக் குறித்தற்குத் துவிதமென்னுஞ் சொல்லிருப்ப. வேதாந்தம் இரண்டையும் விடுத்து, அத்துவிதமென்று அறைவதன் நோக்கமென்ன? ஒன்று இரண்டு என்று சொல்ல முடியாத நிலையை அத்வைதம் என்ற வேதாந்தம் அருளியிருக்கிறது. நமது சைவ

சித்தாந்தத் தவப்பொருளாம் மெய்கண்டார்
இவ்வுண்மையைக் கண்டமையான்.

**பொய்கண்டார் காணாப் புனிதமெனும் அத்துவித
மெய்கண்ட நாதன் அருள் மேவுநாள் எந்நாளோ**

என்று தாயுமானாரும் அவரைப் போற்றலானார். ஆகவே சைவ சித்தாந்தங் கூறும் முப்பொருளும், அவைகளின் கலப்பும் பல சமயத்தார் கருத்துக்களுக்குப் பெரிதும் அரண் செய்தல் காண்க.

எல்லார்க்கும் பொதுவாக உள்ள வேதாந்த உண்மை இஃதென ஒவ்வோர் அறிஞர் கூறியவாறு மெய்கண்டாருந் தாங் கண்ட வேதாந்த உண்மையை உலகிற்கு அறிவுறுத்தி னார். அவ்வுண்மை, சித்தாந்தம், சுத்தாத்துவிதம் முதலிய பெயர் களால் வழங்கப்பட்டு வருகிறது.

வேதாந்தமும் சித்தாந்தமும்

ஏகான்மவாதமே வேதாந்தமெனக் கூறுவோர்க்கும், இச்சித்தாந்தக் கொள்கையுடையார்க்கும் என்றும் போர் நிகழ்ந்து வருவதை யான் அறிவேன். வேதாந்தமென்பது ஒரு கூட்டத்தார் உடைமையன்று. வேதாந்தம் என் பொருள் என் பொருள் என்று போரிடுவோர்க்கு அஃதென்றும் பொரு ளாதல் அரிது; அரிது. என்னை? வேதாந்தம் வாதப் போர் களைக் கடந்தொளிர்வதாகலின் என்க. வேதாந்தமாதல் சித்தாந்த மாதல் போரிடுமாறு யாண்டுக் கூறுகிறது? உண்மையைக் குறிக்கொண்டு ஆராய்வோர்க்கு வேதாந்த சித்தாந்த வேற்றுமை தோன்றவே தோன்றாது.

வேதாந்தமென்பது யாது? வேட்கையற்றவிடமன்றோ வேதாந்தம்? வேட்கையறுத்தல் என்பது எல்லாவற்றையுந் துறந்து காட்டுக்குப் போய் மூக்கைக் பிடித்திருப்பதன்று. தன்னல மறுத்து மற்றவர்பொருட்டுக் கைம்மாறு கருதாது தொண்டு செய்வதே வேட்கையறுத்தலுக்கு அறிகுறியாம்.

வேதாந்தங் கேட்க விரும்பிய வேதியர்
வேதாந்தங் கேட்டுத்தம் வேட்கை யொழிந்திலர்
வேதாந்த மாவது வேட்கை யொழிந்திடம்
வேதாந்தங் கேட்டவர் வேட்கைவிட் டாரே

என்பது திருமூலர் திருவாக்கு.

வேட்கை தணிந்த இடம் வேதாந்தமென வேதாந்த இயல்பு கூறிய அப்பெரியாரே மீண்டும்,

சிவமாதல் வேதாந்த சித்தாந்த மாகும்

என்றும்,

வேதாந்தஞ் சித்தாந்தம் வேறிலா முத்திரை

என்றும்,

சித்தாந்தத் தேசீவன் முத்திசித் தித்தலால்
சித்தாந்தத் தேநிற்பர் முத்திசித் தித்தவர்
சித்தாந்த வேதாந்தஞ் செம்பொரு ளாதலால்
சித்தாந்த வேதாந்தங் காட்டுஞ் சிவனையே

என்று ஓதியிருத்தலை நோக்குழி, வேதாந்தமே சித்தாந்த மென்பதும், இஃதே அஃதென்பதுஞ் செவ்விதின் விளங்குதல் காண்க.

இத் திருமூலர் மரபு வழிவந்த மௌனகுருபால் ஞானோப தேசம் பெற்ற சமரசஞானச் செல்வராகிய தாயுமான சுவாமி களும்,

***** தரணிமிசை லோகாயதன், சமயநடை சாராமல்**
வேதாந்த சித்தாந்த சமரச சிவானுபூதி
மன்னவொரு சொற்கொண் டெனைத்தடுத் தாண்டபின்
வாழ்வித்த ஞானகுருவே, மந்த்ரகுரு வேயோக
தந்த்ரகுருவேமூலன் மரபில்வரு மௌனகுருவே

எனவும்,

வேதாந்த சித்தாந்த சமரச நன் னிலைபெற்ற
வித்தகச் சித்தர் கணமே

எனவும்,

வேதாந்தஞ் சித்தாந்தம் வேறென்னார் கண்களிக்கும்
நாதாந்த மோன நலமே பராபரமே

எனவும்,

போதாந்தப் புண்ணியர்கள் போற்றிசய போற்றியெனும்
வேதாந்த வீட்டில் விளக்கே பராபரமே

எனவும்,

முத்தாந்த வீதி முளரிதொழும் அன்பருக்கே
சித்தாந்த வீதிவருந் தேவே பராபரமே

எனவும், வேதாந்த சித்தாந்த வேற்றுமையின்மை விளக்கியிருத் தலை ஆய்க. இவ்வுண்மை கண்ட அத் தாயுமான சுவாமிகளே,

பொய்கண்டார் காணாப் புனிதமெனும் அத்துவித மெய்கண்ட
நாதனருள் மேவுநா ளெந்நாளோ

என்று மெய்கண்டாரைப் போற்றியதை முன்னரும் எடுத்துக் காட்டியுள்ளேன். இதனால் மெய்காண்டார் சித்தாந்தம் எது என்பதை விரித்துரைக்க வேண்டுவதில்லை.

வேதாந்தத் தெளிவாஞ் சைவசித்தாந்தத்
திறனிங்குத் தெரிக்க லுற்றாம்

என்னுந் திருவாக்கும் முன்னர் எடுத்துக் காட்டப்பட்டதே. ஆகவே, மெய்கண்டார் சொற்ற சித்தாந்தம் வேதாந்தத்துக்கு முரண்படுவதன்று என்பது கவனிக்கற்பாலது.

அபிமானத்தால் வேற்றுமை உணர்வு

ஒருவர் கருத்தை மற்றொருவர் உணராமல் கிடப்பதே விவாதத்துக்கு இடமுண்டாக்குகிறது. அன்பர்கள் வேதாந்த நூல்களையும் சித்தாந்த நூல்களையும் விருப்பு வெறுப்பின்றி முறையாகப் பயில்வார்களாயின், எந்நூலினும் மாறுகோள் காணமாட்டார்களென்பது ஒருதலை. வேதாந்த நூல்களைப் பயில்வோர் அந்நூல்களில் அபிமானமும், சித்தாந்த நூல் களைப் பயில்வோர் அந்நூல்களில் அபிமானமுங் கொள்வதால் வேற்றுமையுணர்வு தோன்றுகிறது. இரண்டிற்கும் வேற்றுமை உண்டு உண்டு என்ற சிலர் சில நூல்கள் எழுதிவிட்டுச் சென்ற னர். அன்னார் குறிப்பிட்ட வேற்றுமையன்றி உண்மையில் வேற்றுமை இருப்பதாகத் தோன்றவில்லை. பாழும் அபிமானம் மக்களைப் பாழ்படுத்துகிறது.

வேதாந்தம் வேதாந்தமென்று சிலர் சில நூல்களைப் பயின்று தாம் பெற்ற கலைஞானங்கொண்டு, அது பொய்; இது பொய்; எல்லாம் பிரமம் என்று உலகத்திற்குப் போதிப்பதால் விளையுந் தீமையை என்னென்று கூறுவேன்? இப்போதனை யால் உலகில் நாத்திக உணர்வு பரவித் தீயொழுக்கஞ் செறியு மென்பதில் ஐயமில்லை. வேட்கையற்ற இடத்தில் மிளிர வேண்டிய வேதாந்தம், இந்நாளில் ஏட்டில் - காவித்துணியில் - பேச்சில் மொட்டைத் தலையில் - மிளிர்கிறது! பற்று பற்று என்று எல்லாவற்றையும் வெறுக்கும் ஒருவிதச் சோம்பேறி வேதாந்தமும் நமது தமிழ் நாட்டில் பரவி யிருக்கிறது. உண்மை வேதாந்தம் எதையும் பொய்யென்று கூறாது; எதையும் பற்றெனத் தள்ளாது. எல்லாங் கடவுள் மயமாயிருக்கும்போது அதன்கண் பொய்யேது? எல்லாமஃதாயிருக்கும் போது எதைப் பற்றென வெறுப்பது? எல்லாம் மெய்; எதையும் வெறுத்த லாகாது என்று அறிவுறுத்துவது எதுவோ, அதுவே மக்கள் வாழ்வைத் தூய்மை செய்யவல்ல செய்கை வேதாந்தமாகும்.

யான் - எனது என்னும் பற்றறல்

எந்த வேதாந்த சித்தாந்த ஞான நூலை எடுத்தாலும், அஃது உலகைத் துறக்குமாறு - ஆசையை யறுக்குமாறு - அறிவுறுத்துகிறதே என்று சிலர் வினவலாம்; சிலர் ஐயுறலாம். ஞான நூல்கள் உலக ஆசையைத் துறக்குமாறு போதிப்பது உண்மையே. உலகிடை வாழும் மனிதன் உலகை விடுத்து எங்கே போவது? காட்டுக்குச் சென்று மூச்சைப் பிடித்து ஆகாயத்திற் பறப்பதா? அல்லது கல் மரம்போல் கிடப்பதா? என்செய்வது? உலகைத் துறப்பது என்றால் அது யான், எனது என்னும் பற்றை அறுப்பதாகும். உலகை ஆண்டவனாகக் காணாத வனுக்கு யான், எனது என்னும் பற்றுக்களுண்டு. அப் பற்றறால் அவனுக்குத் துக்கம் வளர்ந்து கொண்டு போகும்.

ஒருவன் மனைவியை ஏன் துறத்தல் வேண்டும்? மைந்தரை ஏன் வெறுத்தல் வேண்டும்? அவர்கள் உள்ளத்தில் ஆண்ட வனில்லையோ? கடவுள் வீற்றிருக்குங் கோயில்களையா வெறுப்பது? கடவுள் காட்சி நல்குங் கோயில் என்னும் எண்ண மின்றி, என்புதோல் போர்த்த உடலைப் பொருளாகக் கொள்ப வனுக்கு எல்லாந் துன்பமாகவே தோன்றும், என்புதோல் போர்த்த உடல் என்னும் எண்ணத்தை விடுப்பதே துறப்பதாகும்; ஆசையை யறுப்பதாகும்.

எல்லாம் கடவுள்

எல்லாவற்றிலும் ஆண்டவன் நீக்கமற நிறைந்திருக்கும் போது எதை வெறுப்பது? எதைத் துறப்பது? கடவுள் எப்பொருளில்லை? எல்லாம் அவன் வடிவம்: எல்லாம் அவன் உடைமை; எல்லாம் அவன் செயல் எல்லாம் அவன் என்னும் ஞானமின்றி உலகாயதவழி நின்று உலக இன்பத்தைத் துய்ப்பவனுக்கும், உலகம்பொல்லாதது என்று காட்டுக்குச் சென்று பட்டினி கிடந்து உடலை வருத்தி வருத்திப் புலன்களைக் கொன்று உணர்வைக் கெடுத்துக் கொள்பவனுக்கும் என்ன வேற்றுமை? இருவரும் ஆண்டவன் இன்பப் பேற்றை யிழந்தவரேயாவர். எல்லாங் கடவுளெனக் கொண்ட உயிர்களை வழிபடுவோனுக்கு இவ்வுலகமே கயிலாயமாகும்.

பட்டினத்தடிகள் பாடல்

முற்றத் துறந்த முனிவர் பெருமானாராகிய பட்டினத் தடிகள் திருவிடைமருதூர் மும்மணிக் கோவையில், (பதினொராந் திருமுறையில் சேர்ந்தது) உலகாயத முறையில் உலகை வெறுத்தலை மறுத்து, எல்லாம் ஆண்டவனாகக் கொண்டுங் கண்டும் இன்பந் துய்த்தலைப் போற்றியிருக்கிறார். அப் பொன்னுரை வருமாறு:-

மலர்தலை உலகத்துப் பலப்பல மாக்கண் - மக்களை
மனைவியை ஒக்கலை ஒரீஇ - மனையும் பிறவுந் துறந்து
நினைவருங் - காடும் மலையும் புக்குக் கோடையில் -
கைம்மே னிமிர்த்துக் காலென்று முடக்கி - ஐவகை நெருப்பி
னழுவத்து நின்று - மாரி நாளிலும் வார்பனி நாளிலும் - நீரிடை
மூழ்கி நெடிது கிடந்தும் சடையைப் புனைந்துந் தலையைப்
பறித்தும் - உடையைத் துறந்தும் உண்ணாதுழன்றும் - காயுங்
கிழங்குங் காற்றுதிர் சருகும் - வாயுவும் நீரும் வந்தன
அருந்தியுங் - களரிலுங் கல்லிலுங் கண்படை கொண்டும் -
தளர்வுறும் யாக்கையைத் தளர்வித் தாங்கவர் - அம்மை முத்தி
அடைவதற்காகத் - தம்மைத் தாமே சாலவும் ஒறுப்பர் -
ஈங்கிவை செய்யா தியாங்க ளெல்லாம் - பழுதின் றுயர்ந்த
எழுநிலை மாடத்தும் - செந்தாதுதிர்ந்த நந்தன வனத்தும் -
தென்ற லியங்கு முன்றி லகத்தும் - தண்டாச் சித்திர மண்டப
மருங்கிலும் - பூவிரி தரங்க வாவிக் கரையிலும் - மயிற்பெடை
ஆலக் குயிற்றிய குன்றிலும் - வேண்டுழி வேண்டுழி
யாண்டான் டிட்ட - மருப்பி னியன்ற வாளரி சுமந்த -
விருப்புறு கட்டின் மீமிசைப் படுத்த - ஐவகை அமளி
அணைமேற் பொங்கத் - தண்மலர் கமழும் வெண்மடி
விரித்துப் - பட்டினுட் பெய்த பதநுண் பஞ்சி - னெட்டணை
அருகாக் கொட்டைகள் பரப்பிப் - பாயன் மீது பரிபுர மிழற்றச்
- சாயலன்னத் தின் தளர்நடை பயிற்றி -***
அஞ்சொன்மடந்தையராகந் தோய்ந்தும் - சின்னம் பரப்பிய
பொன்னின் கலத்தின் - அறுசுவை அடிசில் வறிதினிதருந்தா -
தாடினர்க் கென்றும் பாடினர்க் கென்றும் - வாடினர்க்
கென்றும் வரையாது கொடுத்தும் - பூசுவன பூசியும் புனைவன

புனைந்தும் - தூசு நல்லன தொடையிற் சேர்த்தியும் - ஐந்து புலன்களும் ஆர ஆர்ந்து - மைந்தரும் ஒக்கலும் மகிழ்வன மகிழ்ந்து - இவ்வகை யிருந்தோ மாயினும் அவ்வகை - மந்திரவெழுத்தைந்தும் வாயிடை மறவாது - சிந்தை நின்வழிச் செலுத்தலின் அந்த - முத்தியும் இழந்திலம் முதல்வ அத்திறம் - நின்னது பெருமையன்றோ.

இதுவே ரவீந்தரநாதர் அறிவுறுத்தி வரும் அன்புச் சமயமாகும். விவேகானந்தர் லண்டனில் நிகழ்த்திய எல்லா வற்றிலுங் கடவுள் *(God is Everything)* என்னுஞ் சொற்பொழிவும் இக் கருத்துக்கு அரண் செய்வதாகும்.

விவேகானந்தரின் விளக்கம்

சுவாமி விவேகானந்தர் சொற்பொழிவுகளை நன்மனங் கொண்டு வாசிப்போர் சோம்பேறி வேதாந்தம் - திண்ணை வேதாந்தம் முதலிய போலி ஏட்டு வேதாந்தங்களை விடுத்து, வீறுகொண்டு, எப்பற்றுமின்றி உயிர்களுக்கு ஊழியஞ் செய்யப் புறப்படுவர் என்பது திண்ணம். விவேகானந்தர் சோம்பலெனுந் திண்ணை வேதாதந்தத்தைப் போதித்தாரில்லை. அவர் உபநிடதக் கருத்துக்களின் நுட்பத்தையே உலகுக்குரைத் தார். அவ்வேதாந்த வீரர்1 எல்லாவற்றையும் இறைவனாகக் காண்க; தொண்டு செய்க என்றும், அஞ்சா நெஞ்சுடைய ஆண்டகை மக்கள் தேவை. நமக்கு இரத்தத்தில் வீரச் செறிவும் நரம்புகளில் உரமும் இரும்பனைய தசைக்கட்டும் எஃகனைய நரம்புகளுந் தேவை*** என்றும், நம்மைச் சுற்றிலுமுள்ள எல்லாவற்றையும் எல்லாரையுங் கடவுளாகக் கண்டு வழி படுங்கள்; மனிதர்களும், ஜெந்துக்களும் நம்முடைய கடவுளர்கள். நாம் முதலாவது வணங்கத்தக்க கடவுளர் நம்முடைய தேசத்தாரே யாவர்*** என்றும் பேசியிருக்கிறார். உடலை ஓம்புமாறும், வீரர்களாக உலாவி மற்றவர்கட்குக் கிழமைபூண்டு வாழுமாறும் அவர் பலவிடங்களில் அறிவுறுத்தியிருக்கிறார். உலகுக்குப் பயன்தரத்தக்க இத்தகைய வேதாந்தமே நமக்கு வேண்டும். இச் செய்கை

வேதாந்தத்துக்குத் துவிதம் அத்துவிதம் என்னும் இரண்டும் இன்றியமையாதன. உண்மை வேதாந்தம் ஒன்றைவிட்டு ஒன்றைத் தள்ளாது. துவிதத்தைக் குறைகூறும் வேதாந்தம் வேதாந்தமாகாது.

துவித வழி அத்துவிதம்

மெய்கண்டார் துவிதவழி அத்துவித உண்மையை அறிவுறுத்தியிருத்தலால், அவர் போதனை உலகைச் செம்மை நெறியில் நடாத்தும் இயல்பினதாய்ப் பொலிகிறது.

வேதமுட னாகம புராண இதி காசமுதல்
வேறுமுள கலைக ளெல்லாம்
மிக்கான அத்துவித துவிதமார்க் கத்தையே
விரிவா யெடுத் துரைக்கும்
ஓதரிய துவிதமே அத்துவித ஞானத்தை
உண்டுபணு ஞான மாகும்

என்று தாயுமான சுவாமிகள் அருளிச் செய்துள்ள அநுபவ மொழிகளை அன்பர்கள் கருத்தூன்றி நோக்குவார்களாக. துவித வழிபாடே அத்துவித ஞானத்தை உண்டு பண்ணுவதாகும். வாயால் வெறும் அத்துவிதம் பேசுவது வீண் பேச்சேயாகும்.

வேத வேதாந்தம், துவிதம் அத்துவிதமென்னும் இரண்டையும் போதிப்பதன் நுட்பத்தை ஆராயல் வேண்டும். உலகிற்குத் துவிதம் மிக இன்றியமையாதது. இக்கருத்துப் பற்றியே மெய்ஞ் ஞானச் செல்வராய தாயுமானார் ஓதரிய துவிதமென்றும், அதுவே அத்துவித ஞானத்தை உண்டு பண்ணும் ஞான மென்றும் உலகை நோக்கி அறைகிறார். ஆதலால் 1வேத வேதாந்தம் முறையிடும் துவிதத்தையுங் கொள்ளல் வேண்டும்; அத்துவிதத்தையுங் கொள்ளல் வேண்டும். ஒன்றைக் கொண்டு மற்றொன்றைத் தள்ளுதல் வேத வேதாந்தக் கொள்கைக்கு மாறுபடுவதாகும். மெய்கண்டார் இரண்டையுங் கொள்கிறார்.

உலகு உயிர்களில் சிவம்

உலகங் கடவுளா உயிர் கடவுளா என்னுங் கடாக் களுக்கு மெய்கண்ட சாத்திரம் ஆம் அல்ல என்று விடை யிறுக்கும். உலகிலும் உயிர்களிலும் ஆண்டவன் நீக்கமற நிறைந் திருத்தலால் ஆம் அவை (கலப்பால்) கடவுள் என்றும், உலகம் தோற்ற நிலை இறுதி என்னும் விகாரமுடைய சடமாகலானும், உயிர்க்கு அறியாமை உண்மையானும் அவை (பொருளால்) கடவுளல்ல என்றும் அந்நூல் விரித்துக்கூறும்.

உலகு உயிர்களில் கடவுள் எவ்வாறு நீக்கமற நிறைந் திருத்தல் கூடுமென்றும், இருபொருள் ஓரிடத்தில் எவ்வாறு, ஒன்றி நிலவுமென்றும், ஒன்றுள்ள இடத்தில் மற்றொன்றிரா தென்றுஞ் சில அறிஞர் கருதுவர். இருபொருள் ஓரிடத்திலிரா என்னும் நியாயம் உருவப் பொருளுக்கன்றி அருவப் பொருளுக் கில்லை. எள்ளுங் கொள்ளும் ஒரே இடத்தில் இருப்புப் பெறுதல் அரிது. என்னை? இரண்டும் உருவப் பொருளாகலான் என்க. இந்நியாயத்தைக் கொணர்ந்து அருவப் பொருளில் நுழைத்தலாகாது. ஆகாயம் என்னும் சூக்கும பூதம் காற்று, தீ, புனல், மண் ஆகிய நான்கு தூல பூதங்களிடை நீக்கமற நிறைந் திருக்கவில்லையோ? இவ்விடத்தில் இரண்டு பொருள் ஓரிடத் தில் ஒன்றியிரா என்னும் நியாயம் பேசலாமோ? ஆகாயம் வடிவில்லாப் பொருள். அஃது எங்கணும் நீக்கமற நிறைந்திருக்கும் இயல்புடையது. சடத்தன்மையுடைய சூக்கும பூதத்துக்கே நீக்கமற நிறைந்து நிற்கும் இயல்பிருக்கும் போது, சித்சொருப மாகிய சிவம் உலகுயிர்களில் நீக்கமற நிறைந்திருக்கும் இயல்புடையதாகாதோ?

மரத்தால் செய்யப்பட்ட யானையை இருவர் உற்று நோக்கி ஆராய்வதாக வைத்துக் கொள்வோம். ஒருவன் மரத் தியல்பை நன்கு உணர்ந்தவன். மற்றொருவன் யானை வடிவ இயல்பைச் செவ்வனே உணர்ந்தவன். முன்னவன் மாயானையைப் பார்த்து, இது நல்ல மரமன்று; விரைவில் உலுத்துப் போகும் என்று சொல்கிறான்; பின்னவன், இக்காது யானைக்காது

போலில்லை. இதை ஒழுங்குபடுத்தல் வேண்டும் என்று சொல் கிறான். முன்னவன் உள்ளத்தில் மரமுன்மையும் யானையின்மை யும், பின்னவன் உள்ளத்தில் யானையுன்மையும் மரமின்மையும் விளங்குவதைச் சிந்திக்க. இவ்வண்ணமே அஞ்ஞானி உலகை நோக்கும்பொழுது உலகும், மெய்ஞ்ஞானி அதைப் பார்க்கும் பொழுது சிவமுந் தோன்றும். சிவத்தோற்றமுடையார்க்கு உலகில்லை; இத்தோற்றமுடையார்க்கு அதில்லை.

மெய்கண்டார் சித்தாந்தம்

சிவந் தோன்றும்போது உலகமிருக்கிறதா இல்லையா என்னும் வாதம் ஏகான்ம வாதிகட்குஞ் சித்தாந்திகட்கும் நீண்டகாலமாக நடைபெற்று வருகிறது. அந்நிலையில் ஏகான்ம வாதிகள் கூறுகிறபடி உலகம் பொய்யாகப் பொன்றுகிறதோ அல்லது சித்தாந்திகள் சொல்லுமாறு உலகம் இருந்துந் தோன்றாமலிருக்கிறதோ அதைப்பற்றி என் போன்றார் ஏன் மன்றாடல் வேண்டும்! சிவம் தோன்றப் பெறுவோர்க்கு உலகம் தோன்றாதென்பதொன்றே கருதற்பாற்று. விவகார நிலையைப் பற்றி ஏகான்மவாதிகட்கும் சித்தாந்திகட்கும் எவ்விதப் போருமில்லை. விவகார உலகில் வாழும் இருவரும் போரின்றி உயிர்கள் வழிபாட்டைச் செய்து வருவாராக. வழிபாட்டில் கருத்துப் பதிந்தால் வாதத்துக்கிடமேது? உயிர்களைச் சிவமாக வழிபடுந்தொண்டிற் புகாது ஏடுகளைக் கட்டியழுவோர் அழுக. ஏடுகளைப் புரட்டிப் புரட்டி வாதஞ்செய்வோரைப் பார்க்கினும், வழிபாட்டிற் கருத்துடையாரே விரைவில் உண்மை நிலை காண்போராவர். மெய்கண்டார் வழிபாட்டிற்குரிய உண்மை ஞானம் போதித்தலால், அவர் போதனை, பணியில் விருப்புடையோர்க்கு ஏற்புடைத்தாகும்.

வேதாந்தம் அறிவுறுத்தும் பொருள் ஒன்றா இரண்டா என்னும் வாதம், உலகில் எழுந்து, உலகை இடர்ப்படுத்தி வந்த நாளில், மெய்கண்டார் தோன்றி, வேதாந்த உண்மை இஃதென

உலகுக்குச் சித்தாந்தப்படுத்திக் காட்டினார். உபநிடதங்களாய வேதாந்தம் எவ்வாறு துவிதம் ஏகம் அத்துவிதம் என்னும் மூன்றற்கும் இடந்தருகிறதோ, அவ்வாறே மெய்கண்டார் போதனையும் அம் மூன்றற்கும் இடந்தந்து நிற்பது நோக்கத் தக்கது. மெய்கண்டார் அருளுரை சமரச நாட்டமுடைய எவர்க்கும் - வழிபாட்டில் விருப்புடைய எவர்க்கும் - உண்மை காணும் நோக்குடைய எவர்க்கும் - உரியது என்பது அவர் வாய்மொழியை ஆராய்வோர்க்கு இனிது புலனாகும்.

சமரச இயல்பு

இதுகாறுஞ் சைவ சித்தாந்த சமயநோக்கினும், தத்துவ நிலையினும், பொருளுண்மையினும், பிறவற்றினும் மற்றைச் சமயங்களோடு மாறுபடாது. பெரிதும் முற்றும், சிறிது ஒரோ வழியும் ஒத்துப் போகுஞ் சமரச இயல்புடைய தென்பதைப் பற்றி எனது சிற்றறிவுக் கெட்டியவாறு சொல்லி வந்தேன். இனி அச் சமரச இயல்புக்குரிய உயர்ந்தோர் தாழ்ந்தோர்க் குழைத்தல், கைம்மாறற்ற பணி, பிறப்பு வேற்றுமை பாராட்டாமை, எவ்வுயிரையும் தன்னுயிர்போல் பாவித்தல், பாவ மன்னிப்பு முதலிய அறவழிகள் அதன்மாட்டுண்டா என்பதைத் தெரிந்து கொள்ளக் கடமைப்பட்டிருக்கிறோம். ஒவ்வொன்றைப் பற்றியும் விரித்துரைப்பின் உரை பெருகுமாதலால் சுருங்கச் சொல்லப் புகுகிறேன்.

பிறர்க்குழைக்கும் பெருந்தகைமை

சைவ சித்தாந்தம் உயிர்களை விஞ்ஞானகலரென்றும், பிரளயாகலரென்றும், சகலரென்றும் முக்கூறுபடுத்தியிருக்கிறது. ஒருமலமுடையார் விஞ்ஞானகலரென்றும், இருமல முடையர் பிரளயாகலரென்றும், மும்மலமுடையார் சகல ரென்றுஞ் சொல்லப்படுவர். விஞ்ஞானகலர் தமக்குக் கீழ்ப் பட்டுள்ள பிரளயாகலரைத் தம் நிலைக்கு உயர்த்தவும், பிரளயாகலர் சகலரைத் தம் பேற்றையடையுமாறும் முயன்று வருகிறாரென்று சிவாகமங்கள் செப்புகின்றன. இதனின்றும்

நாம் கற்றுக் கொள்ள வேண்டுவதென்னை? உயர்ந்தோர் தாழ்ந் தோரை உயர்த்தித் தம் நிலைக்குக் கொணர வேண்டுமென்ப தன்றோ? ஆண்டவன் என்ன செய்கிறான்? அறியாமைக் கட்டால் பீடிக்கப்பட்டு இருட்டில் கிடக்கும் உயிர்களைத் தனது நிலைக்குயர்த்த உவைகட்கு இவ்வுடலையும், உலகையும், வாழ்வை யும் வழங்கித் துணைசெய்து வருகிறான். இவ்வருட்குணம் அவன் படைப்புக்குட்பட்ட ஒவ்வோருயிரினிடத்தும் இருத்தல் வேண்டும். இக் குணமில்லார் கடவுளன்பராகார். பிறர்க் குழைக்கும் பெருமையாளரே கடவுளிடத்தன்புடையராவர்.

கைம்மாறு கருதாத தொண்டு

பிறர்க்குழைக்குங்கால் எவ்வித கைம்மாறுங் கருதாது உழைத்தல் வேண்டும். கைம்மாறு கருதி உழைப்பது எவ்வுயிரி லும் வீற்றிருக்கும் இறைவனுக்கு அன்பு செலுத்துவதாகாது. இக்காரணம் பற்றியே நிட்காமியப்பணி என்று சமய நூல்கள் முழங்குகின்றன. சைவ சித்தாந்த வழி இதை உறுதிப்படுத்த எந்நூலையுந் தேட வேண்டுவதில்லை. சைவர்கள் தொழும் நடராஜ மூர்த்தியைச் சிறிது உற்று நோக்குவோம். அம்மூர்த்தி நிட்காமிய கருமத்துக்கே ஓரிலக்கியமாக விளங்குவது காண லாம். அப்பெருமான் ஓயாது நடனம்புரிகிறான். ஒரு நொடிப் பொழுது அவ்வாண்டவன் திருக்கூத்தை நிறுத்துவானாயின் அகிலம் என்ன பாடுபடும்? இவ்வகிலமும் அகிலத்துள்ள உயிர்களுமியங்கித் தங்கடனாற்றவன்றோஆண்டவன் ஓயாது இயங்குகிறான்? வையம் உய்யப் பெருங் கூத்தாடும் பெம்மான் தன் செயற்கருஞ் செயலைக் குறித்து இறுமாப்பெய்துகிறானா? அல்லது ஏதாவது கைம்மாறு கருதுகிறானா? ஒன்றுமில்லை. உயிர்களுய்தல் வேண்டும் என்னுங் கைம்மாறற்ற பெருங்கருணை யொன்றே கொண்டு எம்பெருமான் ஆடுகிறான். என்ன கருணை? இவனன்றே அருட்கடல்? கிருபா சமுத்திரம்? இவ்வருள் மூர்த்தியை அடைய உயிர்கள் என் செய்யல் வேண்டும்? அவனைப் போலவே கருணையால் கைம்மாறு கருதாது பிறர் நலம்

நாடித் தொண்டு செய்தல் வேண்டும். கடவுளை அடைதற்குரிய வழிகளுள் சிறந்தது இதுவே.

நடராஜன் புரியுந் தாண்டவம் ஆனந்தத் தாண்டவம் என்றுஞ் சொல்லப்படுகிறது. அதன் பொருளென்னை? நிட்காமிய கருமத்தில் ஆனந்தமுண்டு என்பதன்றோ? காமிய கருமம் நரகத் துன்பத்தையன்றோ அளிக்கும்? சைவர்களுக்கு வேறு வீடுபேறு எற்றுக்கு? கைம்மாறு கருதாப் பணியாற்றி இவ்வுலகிலேயே இன்ப நுகர்ந்து வாழலாமன்றோ? வீடுபேறு பெற்றுச் செயலின்றிக் கிடப்பதைவிட நிட்காமியப் பணி செய்து இவ்வுடலையே இன்ப நிலையமாக்கிக் கொள்வது நலம்.

கேடும் ஆக்கமுங் கெட்ட திருவினார்
ஓடும் செம்பொனும் ஒக்கவே நோக்குவார்
கூடும் அன்பினில் கும்பிட லேயன்றி
வீடும் வேண்டா விறலின் விளங்கினார்

என்னுஞ் சேக்கிழார் பெருமான் சொன்மலரை முடிமீதணிந்து ஆனந்தக் கூத்தாடுவேன்.

வேற்றுமை பாராட்டாமை

பிறர் நலம் நாடிக் கைம்மாறு கருதாது தொண்டு செய் வோர்க்குக் குறுக்கே பிறப்பு வேற்றுமையும் பிறவேற்றுமை களும் நிற்குமோ? சமரசம் பேசுஞ் சைவ சித்தாந்தம் பிறப்பால் சாதி வேற்றுமை பாராட்டுமோ? பாராட்டுமாயின் அது சமயமாகாது. அன்பே சிவம் என்னுஞ் சீரிய கொள்கையைத் தாங்கியுள்ள சைவம், பிறப்பு வேற்றுமையை எவ்வாறு பாராட்டல்கூடும்? சைவ சமயாச்சாரியராகிய அப்பரெம் பெருமான்,

சாத்தி ரம்பல பேசுஞ் சழக்கர்காள்
கோத்தரமுங் குலமுங் கொண்டு என்செய்வீர்

என்று குலம் பேசுவோரை நோக்கிக் கேட்கிறார்.

ஆவுரித்துத் தின்றுழலும் புலைய ரேனுங்
கங்கைவார் சடைக்கரந்தாற் கன்பராயின்
அவர்கண்டீர் நாம் வணங்குங் கடவுளாரே

என்று மற்றுமோரிடத்திலும் அப்பெரியார் பிறப்பு வேற்றுமையை மறுத்திருக்கிறார்.

சாதிகுலம் பிறப்பென்னுஞ் சுழிப்பட்டுத் தடுமாறும்
ஆதமிலி நாயேனை அல்லலறுத் தாண்டானை

என்று மணிவாசகனாருங் கூறிப் போந்தார்.

பெரிய புராணமென்னும் அன்பு நூலை முற்றும் ஓதிப் பொருள் தேறுவோர்க்குச் சாதி வேற்றுமை தோன்றவே தோன்றாது. சாதிப்பகை கடியவே அந்நூலெழுந்ததென்றும் யான் கூறுவேன். வேறெந்தச் சைவ நூலும் அன்பைக் குலைக்கும் பிறப்பு வேற்றுமையைப் பாராட்டி இருப்பதாக எனக்குத் தெரியவில்லை.

படமாடக் கோயில் பரமற்கொன் றீயில்
நடமாடக் கோயில் நம்பற்கங் காகா
நடமாடக் கோயில் நம்பற்கொன் றீயின்
படமாடக் கோயில் பரமற்கங் காமே

என்னுந் திருப்பாட்டில் திருமூலர் நடமாடுங் கோயில்களாகிய உயிர்கள், வழிபாட்டைச் சிறப்பித்துக் கூறியிருக்கிறார். உயிர்கள் என்றால் எவைகளை? உயர்ந்த சாதி உயிர்களை மட்டுமா? பொதுவாக நடமாடுங் கோயிலென்றே அப் பெரியார் ஓதியிருக்கிறார். உலகிலுள்ள ஆடு மாடு முதலிய எல்லா உயிர்களையும் உள்ளிட்டே திருமூலர் நடமாடுங் கோயிலென்று அருளிச்செய்தார். நடமாடுங் கோயிலென்று மனிதர்களைமட்டுங் கொண்டு வேறு பல உயிர்களை விலக்குவதுங் கூடாது. தாவரமுள்ளிட்ட எல்லா உயிரும் என்றே பொருள் கோடல்வேண்டும். தாவரங்களில் எல்லா உயிர்க் குணங்களுமிருப்பதை டாக்டர் போ கண்டு வருகிறார்.

எவ்வுயிரும் நீங்கா துறையும் இறை சிவன் என்று
எவ்வுயிர்க்கும் அன்பா யிரு

என்று சைவ சமயநெறி விளக்கமாகக் கூறுகிறது. எவ்வுயிரும் என்றமையான் சைவ சமயம் எவ்வுயிரை நீக்குதல் கூடும்? தாவர முள்ளிட்ட எல்லா உயிர்களிடத்தும் அன்பு செலுத்தல் வேண்டு மென்பதே சைவ சித்தாந்தத்தின் கொள்கை. இக்கொள்கை யுடைய ஒரு பெருஞ் சமயத்துக்குச் சாதி வேற்றுமை ஏது? வேறு வேற்றுமை ஏது? சைவரென்று தம்மைச் சொல்லிக்கொள்ளுஞ் சிலர் சாதி வேற்றுமை பாராட்டுவதுண்மை. ஆனால் சைவ சமயத்துக்கு எவ்வேற்றுமையுமில்லை.

சைவ வாழ்வு

எவ்வேற்றுமையும் பாராட்டாது பிறர்நலம் பேணி வாழ்வதே சைவ வாழ்வெனில், அச் சைவம் ஒரு கூட்டத்தார்க் குரியதாகுமோ? சைவம் எல்லார்க்குமுரியது. உயிர்க் கொலை யும் புலைப் புசிப்புமில்லா ஒருவன் எச்சமயத்தவனாயினும் அவன் தன்னைச் சைவம்(ன்) என்று சொல்லால் தனது ஜீவ காருண்ய நெறியைத் தெரிவிக்க விரும்புகிறான். சைவம் ஜீவ காருண்யமுள்ள இடங்களிலெல்லாம் இருப்பது. இவ்வுயர்வு நோக்கியே தாயுமானார்,

சைவ சமயமே சமயம்

என்றும்,

இராஜாங்கத்தி லமர்ந்தது வைதிக சைவம்

என்றுங் கூறி,

எவ்வுயிர்த் திரளும் உலகிலென் னுயிர்எனக் குழைந்துருகி
தம்முயிர்போல் எவ்வுயிருந் தானென்று தண்ணருள்கூர்
செம்மையருக் கேவலென்று செய்வேன் பராபரமே
எவ்வுயிரும் என்னுயிர்போல் எண்ணி இரங்கவுநின்

தெய்வ அருட்கருணை செய்யாய் பராபரமே,
கொல்லாவிரதங் குவலயமெல் லாம் ஓங்க
எல்லார்க்குஞ் சொல்லுவது என்னிச்சை பராபரமே
கொல்லா விரதங் கொண்டாரே நல்லலோர்மற்
றல்லாதார் யாரோ அறியேன் பராபரமே
கொல்லாமை எத்தனை குணக்கேட்டை நீக்கும்

எனவரூஉம் மொழிகளான் சைவம் இஃது என்று உலகிற்கு அறிவுறுத்தினார்.

சைவம் சமரச நோக்குடையது

இராமலிங்க சுவாமிகள், சைவம் சமரச நோக்குடைய சன்மார்க்கமெனும் ஜீவகாருண்ய நெறியென்று கடல்மடை திறந்தாற்போல் பொழிந்திருக்கிறார்.

மண்ணுல கதிலே உயிர்கள்தாம் வருந்தும்
வருத்தத்தை ஒருசிறி தெனினும்
கண்ணுறப் பார்த்துஞ் செவியுறக் கேட்டுங்
கணமுநான் சகித்திட மாட்டேன்
எண்ணுறு மெனக்கே நின்னருள் வலத்தால்
இசைத்தபோ திசைத்தபோ தெல்லாம்
நண்ணும் அவ் வருத்தந் தவிர்க்கநல் வரந்தான்
நல்குதல் எனக்கிச்சை எந்தாய்
உருவஎன் னுயிர்தான் உயிர்இரக் கந்தான்
ஒன்றதே இரண்டிலை இரக்கம்
ஒருவில்என் னுயிரும் ஒருவும் என்னுளத்
தொருவனே நின்பதத் தாணை
இவ்வுலக வழக்கிலே உயிர் இரக்கத்தால்
இலகுகின் றனன்நான் என்செய்வேன்
இரக்கம் என்னுயிர் என்னவே றிலையே
நிலைபெறும் இரக்கம் நீங்கில்என் னுயிரும்
நீங்கும்நின் திருவுளம் அறியும்
கொலை புரிவார் தவிரமற்றை யெல்லாரும்
நினது குலத்தாரே

உயிர்க்கொலையும் புலைப்புசிப்பும் உடையவர்களெல்லாம்
உறவினத்தா ரல்லர் அவர் புறவினத்தார்
தயையுடையா ரெல்லாருஞ் சமரசசன்
மார்க்கஞ் சார்ந்தவரே
அருளுடையா ரெல்லாருஞ் சமரசசன்
மார்க்கம் அடைந்தவரே
எவ்வுயிரும் பொதுவெனக்கண் டிரங்கி
உபகரிக்கின் றார்யாவர் அந்தச்
செவ்வியர்தஞ் செயலனைத்துந் திருவருளின்
செயலெனவே தெரிந்தேன்
எத்துணையும் பேதமுறா தெவ்வுயிருந்
தம்முயிர்போல் எண்ணி யுள்ளே
ஒத்துரிமை உடையவராய் உவக்கின்றார்
யாவர் அவர் உளந்தான் சுத்த
சித்துருவாய் எம்பெருமான் நடம்புரியும்
இடமெனநான் தெரிந்தேன்
கருணை யொன்றே வடிவாகி எவ்வுயிருந்
தம்முயிர்போவ் கண்டு ஞானத்
தெருணெறியிற் சுத்தசிவ சன்மார்க்கப்
பெருநீதி செலுத்தா நின்ற
பொருணெறிசற் குணசாந்தப் புண்ணியர்

இவ்வருளுரைகளால் சைவம் சன்மார்க்கமென்பதும், சன்மார்க்கம் ஜீவகாருண்ய மென்னும் அருணெறி யென்பதும் வெள்ளிடைமலையென விளங்குதல் காண்க. அருள் - கருணை - இரக்கம் - தயை - உடையார்க் கெல்லாம் இப் பெருஞ் சமயம் உரியதென்க.

கடவுள் கருணை வெள்ளம்

அருளுடையார்பால் பிறர் குற்றம் பொறுத்தலும், குற்ற மிழைப்போர் தங்குற்ற முணர்ந்து மனந்திரும்பி வருந்துவரேல் அவரை மன்னிப்பதும் இயல்பா யமைந்திருத்தல் வேண்டும். இவ்வியல்பில்லாதார் அருளாளராகார். சைவ சமயத்துக்கு இவ்வியல்புண்டு. சைவம்

போற்றுஞ் சிவம் திருவருளையே தனக்குரிய வடிவாகக் கொண்டிருப்பது.

மாறிலாதமாக் கருணை வெள்ளமே

என்று தமிழ்மறையும்,

கற்பனை கடந்தசோதி கருணையே வடிவ மாகி

என்று பெரிய புராணமும்,

உருவருள் குணங்க ளோடும்
உணர்வருள் உருவிற் றோன்றுங்
கருமமு மருள் அரன்தன்
கரசர ணாதி சாங்கந்
தருமருள் உபாங்க மெல்லாந்
தானருள் தனக்கொன் றின்றி
அருளுரு வுயிருக் கென்றே
ஆக்குவன் அமல னன்றே

என்று மெய்கண்ட சாத்திரமுங் கூறுதல் காண்க.

பாவமன்னிப்பு

ஆண்டவன் தடங்கருணைப் பெருங் கடலாயிருத்தலாலன்றோ எவர் எப் பிழை செய்யினும், அவர் அப் பிழை நினைந்து நினைந்து, வருந்தி வருந்திக் கசிந்து கசிந்து உருகும் போது அவரை மன்னிக்கிறான்? பாவ மன்னிப்புத்தங்கள் மதத்திற்கே உரியதென்றும், தங்கள் மதமே பாவிகளை ரட்சிக்கும் கொள்கையுடைய தென்றும், ஏனைய சமயங்கள் புண்ணியர்களுக்கே பேறு வழங்குவனவென்றுங் கிறித்துவப் பாதிரிகள் பேசுவது வழக்கம். திருவிளையாடற் புராணத்துள்ள மாபாதகந் தீர்த்த படலத்தின் உள்ளுறையை ஆய்ந்தால், சிவபெருமான் எத்தகைப் பாவத்தை மன்னித்தாரென்பது நனிவிளங்கும். பாவங் குறித்து மனந் திரும்பி வருந்தாதாரைப்பற்றிய பேச்சே வேண்டுவதில்லை.

அவர் வினை அவரைத் துன்புறுத்திக்கொண்டேயிருக்கும். தாம் நிகழ்த்திய பாவங் கருதி, வருந்தி வருந்தி, மனந்திரும்பி, ஆண்டவனை நோக்கி, இடையறாது அறிக்கை செய்வோரைப் பற்றியே ஈங்கு நான் குறிப்பிட்டுப் பேசுகிறேன்.

கர்மம், பிராரர்த்த சஞ்சித ஆகாமியங்களாகப் பிரிந்து நின்று, தன் கடனாற்றி வருகிறதெனச் சாத்திரங்கள் சொல்வதன் பொருளென்ன என்று சிலர் வினவலாம். மனிதன் அறியாமையால் பாவச்செயல் புரியும் நீரன் என்பதை எவரும் மறுக்க மாட்டார். மன உணர்வுடைய மனிதன் பாவத்தினின்றும் பிழைத்த லரிது. பாவம் பெருகிப் பெருகிப் பிறவித்துன்பத்தில் அவனை அழுத்தி வருமாயின், அவன் உய்வது எந்த நாள்? அவனை உய்விக்கும் நெறியே கடவுள் நெறியாகும். பாவவினையிழைக்கும் மகன் தன் வினையுணர்ந்து மனம் பதைத்துத் தந்தையாம் ஆண்டவனை நோக்கிக் கதறிக் கதறி அழுவானாயின், அவன் வினை நசிக்கும், மனந்திரும்பல், குற்றமுணர்ந்து வருந்தல். ஆண்டவனை நோக்கி முறையிடல் முதலியன எளியன அல்ல. மிக அரியன; மிக அரியன. இவ்வுண்மை தேறாதார் ஆற்றிய வினையை அனுபவித்தே தீரல் வேண்டுமென்று சொல்வர். குற்றத்தையுணர்ந்து வருந்தவதினுஞ் சிறந்த அனுபவம் பிறிதில்லை. வருந்தும் வேளையில் இரக்கமுடைய இறைவன் வாளா இருப்பனோ? இரான்; இரான். அவன் திருவருளைப் பொழிகிறான். விரிப்பிற் பெருகும்.

தன்னை யறிந்திடுந் தத்துவ ஞானிகள்
முன்னை வினையின் முடிச்சை அவிழ்ப்பர்கள்
பின்னை வினையைப் பிடித்துப் பிசைவர்கள்
சென்னியில் வைத்த சிவனரு ளாலே

எனவரூஉந் திருமூலர் திருவாக்கு ஈண்டுக் கருதற்பாற்று.

பாவிகளைக் காப்பது

சைவ சமயம் பாவிகளைக் காப்பதைத் தனக்குரிய கொள்கையாகக் கொண்டிருக்கிறது. சைவம் எவனையும் வேண்டா என்று தள்ளாது. முள்ளுச் செடிக்கு முத்தி உதவிய சைவம் - பன்றிக் குட்டிக்குப் பால்கொடுத்த சைவம் - எவ்வுயிரை விலக்கும்?

இருப்பு நெஞ்ச வஞ்சனேனை
ஆண்டுகொண்ட நின்னதாள்
யானே பொய் என்னெஞ்சும்
பொய் என்னன்பும் பொய்
ஆனல் வினையேன் அழுதா
லுன்னைப் பெறலாமே
இல்லை நின்கழற் கன்பதென்கணே
ஏலுமேலு நற்குழலி பங்கனே
கல்லை மென்கனி யாக்கும் விச்சைகொண்டு
என்னை நின்கழற் கன்ப னாக்கினாய்
எல்லையில்லை நின்கருணை
கல்லாமனத்துக் கடைப்பட்ட நாயேனை
வல்லாளன் தென்னன் பெருந்துறையான் பிச்சேற்றிக்
கல்லைப் பிசைந்து கனியாக்கித் தன்கருணை
வெள்ளத் தழுத்தி வினைகடிந்த வேதியனை
ஏசினும் யானுன்னை யேத்தினும் என்பிழைக்கே குழைந்து
வேசறு வேனை விடுதிகண்டாய்

வன்னெஞ்சக் கள்வன் மனவலியன் என்னாதே
கன்னெஞ் சுருக்கிக் கருணையினா லாண்டுகொண்ட
அன்னந் திளைக்கும் அணிதில்லை அம்பலவன்
பேயென துள்ளப் பிழைபொறுக்கும் பெருமையனை
கற்போலும் நெஞ்சங் கசிந்துருகக் கருணையினால்
(நிற்பானை

வெறுப்பனவே செய்யும் என் சிறுமையை
நின்பெருமையினால் பொறுப்பவனே
வம்பனேன் தன்னை ஆண்டமா மணியே

அஞ்சினேன் நாயேன் ஆண்டுநீ யளித்த
அருளினை மருளினால் மறந்த
வஞ்சனேன் இங்கு வாழ்கிலேன் கண்டாய்
வருகவென் றருள்புரி வாயே
பொய்ம்மையே பெருக்கிப் பொழுதினைச் சுருக்கும்
புழுத்தலைப் புலையனேன் தனக்குச்
செம்மையே யாய சிவபத மளித்த
செல்வமே சிவபெரு மானே
இரும்புதரு மனத்தேனை ஈர்த்து ஈர்த்துஎன் என்புருக்கி
கரும்புதரு சுவை எனக்குக் காட்டினை

என வரூஉம் மணிவாசகனார் கல்லையுங் கரைக்கும் அமுத மொழிகளில், சிவபெருமான் அருட்பெருக்கும், மக்கள் பிழைபடுந் தன்மையும், அப் பிழையுணர்ந்து வருந்தலும், அப் பிழையை ஆண்டவன் தன்னருளால் களைதலும் பிறவுங் காண்க.

காந்தியடிகள் காட்டும் வழி

அருள் வடிவினராகிய சிவபெருமான், மக்கள் அறியாமை யால் பிழை நிகழ்த்திப் பின்னர் அதுகுறித்து வருந்தித் தம்மை வேண்டுவாராயின், அவர் பிழை பொறுத்தாண்டு அருள்புரிந்த வரலாறுகள் பல. இந் நாளில் உலகம் போற்றும் பெரியாரும், மக்கள் வாழ்வைத் தூய்மைப்படுத்த அருணெறி யோம்பிவரும் அருளாளரும், திருநீலகண்ட நாயனாரும் மெய்ப்பொருள் நாயனாரும் மீண்டும் ஓருருக்கொடு ஈண்டுப் போந்தாலென நமது நாட்டிடை வாழ்பவருமாகிய காந்தியடிகள், தம்முள்ளிட் டாருடன் நாடோறுங் காலைப் போழ்தில் சபர்மதி நதிக்கரை யில், சத்தியாக்கிரக ஆசிரமத்தில்

பாவ மன்னிப்புக் குறித்து, அருட்பெருங் கடவுளாகிய சிவபரஞ்சுடரை வழுத்தி வருவதுங் கவனிக்கத்தக்கது. இவ்வுண்மையை மகாத்மா காந்தி கோஹத் குழப்பத்தை முன்னிட்டுத் தில்லியில் உண்ணாவிரதம் பூண்டு தவங்கிடந்தபோது *(25-9-29)* யங் இந்தியா பத்திரிகை வாயிலாக உலகிற்கு அறிவுறுத்தினார். அவர்தம் மெய்யுரை வருமாறு:-

['The news of kohat set the smouldering mass aflame. Something had got to be done. I passed two nights in restlessness and pain. On Wednesday I knew the remedy, I must do penance, In the Satyagrahashram at the time of morning prayer we ask Shiva, God of Mercy, to forgive our sins knowingly or unknowingly committed. My penance is the prayer of a bleeding heart for forgiveness for sins unwittingly committed']

கோஹத் செய்தி எனது உள்ளத்தில் அனல் மூட்டிற்று. ஏதாயினுஞ் செய்யவேண்டுமென்று தோன்றிற்று. இரண்டு நாளிரவு அமைதியின்றியும் நோயொடுங் கழித்தேன்; புதன் கிழமை மருந்து கண்டேன். நான் பிராயச்சித்தம் செய்து கொள்ள வேண்டும். சத்தியாக்கிரக ஆசிரமத்தில் காலை ஜெபத்தில், தெரிந்தோ தெரியாமலோ செய்யப்படும் எங்கள் பாவங்களை மன்னிக்குமாறு கருணைக் கடவுளாகிய சிவபரம் பொருளை நாங்கள் வேண்டுகிறோம். அறியாமற்செய்த பாவமன்னிப்புக் குரிய பிராயச்சித்தம் செந்நீர் பொங்கும் எனது இதயத்தி னின்றுமெழும் ஜெபமேயாகும்.

சிவபரம்பொருள் அருட்பெருங் கடவுள் என்றும், அன்றாடம் தெரிந்தோ தெரியாமலோ ஆற்றும் பாவங்களைக் குறித்து முறையிடுதற்குரிய இடம் அப் பெருமான் திருவடி என்றும் மகாத்மா காந்தி உலகிற்கு அறிவுறுத்துகிறாரெனில், அருண்மூர்த்தியாகிய சங்கரனைப்பற்றி யான் என்ன கூற வல்லேன்? பாவ மன்னிப்புச் சைவ சமயத்திலிருப்பதைச் சைவ நன்மக்கள் உணர்ந்து பிறர் குற்றம் பாராட்டல், புறங்கூறல் முதலிய தீக்குணங்களை விடுத்துச் சிவத்தொண்டு செய்தால் அருணெறி யாண்டுப் பரவாது?

அருள் நெறி

நம் முன்னோர் நமக்கு அறிவுறுத்திச் சென்ற அருணெறியை மகாத்மா காந்தி உலகிடை யோம்ப முனைந்து நிற்கிறார். உலகில் தோன்றிய எல்லாப் பெரியோரும், சமய குரவரும் ஜீவகாருண்யத்தையே அறிவுறுத்திப் போந்தனர். அப் பெருநெறி பல நாட்டில் பல சமயங்களாகப் பிரிந்து நிற்கிறது. அருணெறியை எச்சமயப் பெயரால் அழைக்கினும் அழைக்க. அதைக் குறித்து எனக்கு கவலையில்லை. வேண்டுவது அருணெறியே. இப்பெரு நெறி உலகில் பரவப் பரவப் பலசமய உணர்வு மாண்டு எல்லாருஞ் சகோதரர் என்னும் உணர்வு உயிர்களிடை விளங்கி உலகில் அமைதி நிலைபெறும். அவ்வருணெறி மகாத்மா காந்தி வாயி லாகக் கீழ்நாட்டில் இதுபோழ்து வளர்ந்து வருகிறது. மேல் நாட்டில் இயற்கை ஆராய்ச்சி முதிர்ந்து வருகிறது. இரண்டும் ஒன்றுபடுங் காலமும் நெருங்கியிருக்கிறது. அதுபோழ்து ஒரு புதிய உலகந் தோன்றும். அவ்வுலகம் எல்லா வழியிலுஞ் சமரசத்தையே விரும்பும். அஃதொரு சமரச சமயத்தையும் விழைந்து நிற்குமென்பது திண்ணம்.

சமரசம்

சமரசமாவது எவ்வுயிர்க்குந் தீங்கு செய்யாத அருணெறியே யாகும். அச் சமரச சமயம் நமது சைவ சித்தாந்தமாக மிளிர நாமேன் இப்பொழுதே முயலலாகாது; சைவ சித்தாந்தத்தில் சமரசமில்லையா? பொருளுண்மை இல்லையா? அன்பில்லையா? அருளில்லையா? என்ன இல்லை? எல்லாமிருக்கின்றன. எல்லாம் பெற்ற நாம் என்ன செய்கிறோம்? போனது போக. இனியாவது நம்மை மறந்து, நம்பாலுள்ள குற்றங் குறைகளைப் பாராட்டாது, குறைவிலா நிறைவாங் கோதிலா அமுதாம் - நடராஜ மெய்யன் - ஐந்தொழில் புரியும் ஐயன் - திருவருளை முன்னிட்டு அன்புக் கடனாற்றுவோமாக.

நமது முன்னணி வேலை

ஜீவ காருண்யம்

சைவம் அதாவது ஜீவகாருண்யம் உலகெலாம் பரவல் வேண்டும் என்னும் எண்ணம் ஒவ்வொருவர் உள்ளத்திலும் இடையறாது ஊர்ந்து ஊர்ந்து நிற்றல்வேண்டும். சைவம் தமிழ் நாட்டார்க்கே உரியதென்றும். அச் சமயத்தைத் தமிழ் நாட்டு பெட்டியிலே அடைத்துப் பூட்டிடல் வேண்டுமென்றுங் கூறுங் குறுகிய நோக்குடையாருஞ் சிலருளர். சைவ சாத்திர ஆராய்ச்சி யுடையார். அக் கூற்றை ஏற்றுக் கொள்வரோ? சித்தாந்த நூல்கள் கூறுந் தத்துவம் எச்சமயத்திலில்லை? இவ்வழி நின்று பார்த்தால் சைவ சமயமில்லாத இடமேயில்லை என்று சொல்ல லாம். இவ்வுண்மை மேலே ஒரு சிறிது விளக்கப்பட்டிருத்தல் காண்க. இவ்வழி நின்று விளக்குவது ஒருபால் கிடக்க.

இந்தியாவில் சிவ சம்பந்தம்

சிவ சம்பந்தம் இந்தியாவில் எப்பகுதியிலில்லை என்று அந்நண்பரை நோக்கி வினவினால் அவர் என்ன விடை யிறுப்பரோ தெரியவில்லை. பழந் தமிழ்நாட்டின் ஒரு பகுதியாய் கேரள நாட்டில் சிவாலயங்களில்லையோ? தெலுங்கு நாட்டில் சிவாலங்களில்லையோ? மைசூர், ஹைதராபாத், நாகபுரி, பம்பாய் முதலிய இடங்களில் பெரும்பான்மையோராயுள்ள வீர சைவர் - சிவாத்துவித சைவர் - எக்கடவுளைத் தொழுகிறார்? நேபாளர் காமீரர் ஆண்டவனை எப்பெயராய் வழுத்துகிறார்? இராஜபுதனத்தில் இன்னுஞ் சிவலிங்க மலிவைக் காணலாமே.
பரதகண்டத்துள்ள ஹிந்துக்கள் அனைவரும் போற்றுங் காசியம்பதியில் வீற்றிருக்கும் விசுவநாதன் எவன்? மற்றைப் பகுதிகளிலுள்ள சாக்நேயர் யாவர்? காணாதிபத்தியர் யாவர்? கௌமாரர் யாவர்? சிவராத்திரி விரதம் இமயம் முதல் கன்னியாகுமரிவரை கொண்டாடப்படுவது அச்சகோதரர்க்குத் தெரியாதுபோலும்! ஹிமயத்தின்முடி கௌரிசங்கர் என்னும்

பெயர் தாங்கி நிற்பதை அவ்வன்பர் அறியார் போலும்! உலகெலாஞ் சென்று சமரச ஞானத்தைப் பரப்பிய வேதாந்த பானு - சுவாமி விவேகாநந்தர், ஏ, இந்தியாவே! நீ தொழுங் கடவுள் முனிவர்க்கு முனிவன் என்பதை - எல்லாந் துறந்த சங்கரன் என்பதை - உமைக்கு நாயகன் என்பதை - மறவாதே என்று முழங்கியிருப்பதைத் தமிழ் நாட்டு நண்பர்கள் கண் விழித்துப் பார்ப்பார்களாக. இது நிற்க. இன்னும் வேறு வழியில் சைவம் உலகில் பரவி வருவதும் உள்ளத்துறுகிறது. பழைய வைதிக சமயமென அறிஞரால் போற்றப்படும் ஆரிய சமாஜத்தின் அடிப்படையான தத்துவம் என்ன? சைவ சமயங் கூறும் முப் பொருளுண்மையன்றோ? உலக முழுவதுஞ் சமரசம் என்னும் ஒரே சமயம் பரவப் போகிறதென்றும், அதற்கென ஒரு ஜெகத் குரு தோன்றப்போகிறாரென்றும், போதித்து வரும் தியோ சாபிகல் சங்கத்தார் கந்தக் கடவுளின் கூறாகிய சனத்குமாரரை யல்லவோ பெருங் குருவாகப் போற்றி வருகிறார்?

மேல்நாட்டில் சைவம்

மேல்நாட்டில் பலவிடங்களில் இயற்கைப் பொருளாராய்ச்சி முதிர்ந்து வருகிறது. அவ்வாராய்ச்சி இயற்கையை உள்பொரு ளாகக் கொண்டுள்ள சித்தாந்த சமயத்துக்கு எவ்வெவ் வழியில் துணைசெய்யுமென்று யான் கூற வேண்டுவதில்லை. மேல் நாட்டு ஆன்ம தத்துவ சாத்திரிகளிற் சிலர் சைவ சித்தாந்தம் அறிவுறுத்தும் முப்பொருளுண்மை, அத்துவிதநிலை முதலிய வற்றிற்கு உடன்பட்டு வருகிறார். மேல்நாட்டில் சில இடங்களில் சைவ உணவைப் பற்றிய உணர்வும் இயக்கமும் மிக விரைவாகப் பரவி வருகின்றன. இவ் வேளையில் சைவம் தமிழர்க்கே உரியது என்று சொல்வது சைவ உலகிற்கு நலஞ் செய்வதாமோ?

மூவேந்தர் தமிழ் வழங்கும் நாட்டிற் கப்பால்
முதல்வனார் அடிசேர்ந்த முறைமை யோரும்

என்று தெய்வச் சேக்கிழார் அந்நாளிற் கூறிப் போந்த உண்மையை யாவது குறுகிய நோக்குடையோர் கூர்ந்து சிந்தித்துத் திருந்து வாராக. குறுகிய நோக்குடையார்க்கு அஞ்சாது பரந்தவழி நின்று அருட்டொண்டு செய்ய உறுதிகொள்ள வேண்டுவது நமது முதல் வேலை.

சிவநெறி பரப்புக

ஒவ்வொருவரும் நமது ஜீவகாருண்ய மதம் - அருணெறி - யாண்டும் பரவல் வேண்டும் என்று இடையறாது எண்ணல் வேண்டும். அவ்வெண்ணமே தவமென்பது. அத் தவத்துக்கு இறையருள் சுரக்கும்.

ஆழ்க தீயதெல் லாம்அரன் நாமமே
சூழ்க வையக முந்துயர் தீர்கவே
நான்பெற்ற இன்பம் பெறுக இவ்வையகம்

என வரூஉம் நம் முன்னோர் திருஉள்ளக் கிடக்கையை ஓர்ந்துணரல் வேண்டும்.

சிவத்திற்குமேல் தெய்வமில்லை
சித்திக்குமேல் சாத்திரமில்லை

என்றும்.

சைவத்தின் மேற் சமயம் வேறிலை

என்றும் ஏட்டிலுள்ள பழைய உரைகளைப் புகன்று கொண் டிருப்பதால் என்ன பயன் விளையும்? சிவமென்பது அன்பென் றும், சைவமென்பது எவ்வுயிர்க்குந் தீங்கு நினையாது நலம் பேணும் அருணெறி யென்றும் உலகோர் ஒப்புமாறு அறிவு கொளுத்த முயலல் வேண்டும்; பௌராணிக சைவத்துக்கும் சித்தாந்த சைவத்துக்கும் உள்ள வேற்றுமையை விளங்க வைத்தல் வேண்டும்.

சைவ சித்தாந்திகள் எச்சமயத்தாரையும் தங்களுக்கு மாறுபட்டவராகக் கருதலாகாது. சைவ சமயத்தார்

தங்கொள்கையை யாண்டும் பரப்பினால் மெய்ச்சமயம் பொய்ச் சமயம் என்னும் வாதமும், என் கடவுள் உன் கடவுள் என்னும் போராட்டமும் அறவே ஒழியும். ஒரு சமயம் விடுத்து மற்றொரு சமயம் புகும் அறியாமையும் நீங்கும்.

பாதிரிமதம் (கிறிஸ்து கொள்கையன்று) முதலிய மதங் களில் புகுந்தவர்களை மீண்டுஞ் சித்தாந்த நெறியில் சேர்க்க உளங்கொளல் வேண்டும். இதுகாறும் சமரசம் பேசி மற்றைச் சமயத்தாரைச் சித்தாந்த நெறியில் சேர்க்க வேண்டுமென்று சொல்வது அறமா என்று சிலர் ஐயுறாம். சித்தாந்த சமயத்தில் பிறரைப் புகுத்தலென்பது பல சமய உணர்வை அழிப்பதாகும். ஒரு சமயத்திலிருந்து மற்றொரு சமயத்திற்கு வலிந்து எவரையும் ஈர்ப்பதன்று.

சமரச உணர்வளிப்பது சித்தாந்த சமயம்

திருநாவுக்கரசர் திருவருணெறி தமக்குக் கூடாதபோது தாம் பிறந்த சமயம் விடுத்துச் சமண சமயம் புகுந்தாரென்றும், ஆண்டிருந்து மீண்டும் சைவசமயம் போந்தாரென்றுஞ் சொல்லப் படுகின்றன. சமணராயிருந்த நாவரசர் மீண்டுஞ் சைவசமயம் புக்காரென்பது, சமண சமயமென்றொரு சமயமுண்டு; சைவ சமயமென்றொரு சமயமுண்டு என்னும் வேற்றுமை யுணர் வின்றி எல்லாந் திருவருள் சமயம் என்னும் மெய்யுணர்வு பெற்றதேயாகும். நாவரசர் சமணராயிருந்த போது அருகன் ஒரு கடவுளென்றும், சிவபிரான் மற்றொரு கடவுளென்றும், இவ் விருவருள் சிறந்த கடவுள் அருகனென்றும் உறுதி கொண்டிருந் தார். பின்னர் அவர்தம் அறிவில் ஆண்டவன் திருவருள் விளங்கப்பெற்றதும் தாம் பிறந்த சமயத்தில் போற்றிய கடவுளும், சமண சமயந் தழுவியபோது வழுத்திய கடவுளும் சிவபரஞ் சுடராகவே யிருப்பது கண்டு, ஆண்டவனே! உன்னை எப்பொழுதும் மறந்தறியேன் என்னும் பொருள்பட, சலம் பூவோடு தூபமறந்தறியேன் - தமிழோடிசை பாடல் மறந் தறியேன் - நலத்தீங்கிலும் உன்னை மறந்தறியேன் - உன்னாமம் என்னாவில் மறந்தறியேன் என்னுஞ் சமரச ஞானப் பாடல்

பாடியருளினார். ஆதலால் சமரச உணர்வளிப்பதே சித்தாந்த சமயத்தில் சேர்ப்பதென்பது.

இச் சமரச ஞானத்தை இன்னார்க்குப் போதிக்கலாம் இன்னார்க்குப் போதித்தல் கூடாது என்னும் நியதியிருத்த லாகாது. ஞான வேட்கையுடைய எவர்க்கும் ஞானசாத்திரம் போதிக்கலாம். நான் பெற்ற இன்பம் பெருக இவ் வையகம் என்று நம் ஆன்றோர் கூறினாரேயன்றி, இக்குலத்தாரே இன்பம் பெறல் வேண்டும், இச்சமயத்தாரே இன்பம் நுகர வேண்டும் என்று கூறினரோ? நம் ஆண்டவன் பன்றிக்கும் கருக்குருவிக்கும் நாரைக்கும் யானைக்கும் பாம்புக்கும் சிலந்திக்கும் செடிக்கும் கொடிக்கும் முத்திகொடுத்த சரிதங்களைப் படிக்கிறோம்; கேட்கிறோம். அத்தகைய அருட் கடவுளைப் போற்றுஞ் சைவர்கள் தங்களைப்போல மனித உடல் தாங்கியுள்ள உயிர்கள் மீது இரக்கங் காட்டாது தீண்டாமைப் பாடல் பாடுவது அறமா அன்பா அருளா என்று கேட்கிறேன். போன காலமெல்லாம் போக. இனியாவது அருள்நெறிக்குறியார் இவரே என்னும் நியதியின்றி எவ்வெவ்வழியில் சமரச ஞானத்தைப் பரப்பல் வேண்டுமோ அவ்வவ் வழியில் பரப்ப முயலல் வேண்டும்.

மடங்களும் கோயில்களும்

நம் முன்னோர் திருவருள் நெறி வளர்ச்சிக்கென மடங் களையும் கோயில்களையும் ஏற்படுத்தினர். கலை ஞானப் பயிற்சிக்கென மடங்களும், மெய்ஞ்ஞானப் பேற்றிற்கெனக் கோயில்களும் காணப்பட்டன. அம் மடங்களுங் கோயில்களும் இப்பொழுது எந்நிலையிலிருக்கின்றன? மடங்களில் என்பு தோல் போர்த்த புன்குரம்பைகள் காணப்படுகின்றன. கோயில் களில் கல் செம்புகள் காட்சியளிக்கின்றன. மடங்களில் ஞானமாஞ் சக்தி காணோம். கோயில்களில் அன்பாஞ் சிவத்தைக் காணோம். அவ்வருணெறிக் கழகங்கள் கொலை களவுகள் காமம் பொய் முதலிய பாவங்களுக்கு நிலைக்களன்களாக மாறிவிட்டன. அம்மாற்றங்கண்டுங் கேட்டுந் தேவாரமோதும் நாம் -

சிவத்தைத் தொழும் நாம் - சைவரென்று சொல்லிக் கொள்ளும் நாம் - வாளா கிடக்கிறோம். நமக்குக் கண்ணீர் பெருகவில்லை; செந்நீர் கொதிக்கவில்லை. நமக்கு உடலையும் உணர்வையும் ஆண்டவன் ஏன் தந்தான்? நம் முன்னோர் மடங்கட்குங் கோயில்கட்கும் ஏன் பெரும்பொருள் ஈட்டி வைத்தனர்? அருணெறி வளர்ச்சிக் கன்றோ? எந்நன்றி கொன்றார்க்கும் உய்வுண்டாம் உய்வில்லை - செய்ந்நன்றி கொன்ற மகற்கு என்று நாயனார் அருளிய மெய் யுரையைச் சிந்தையிலிருத்தல் வேண்டும். செய்ந்நன்றி கொன்ற பாவம் நந்தலைமீது கிடக்கிறது. அது கிடக்க, நாம் நீறணிந்து அஞ்செழுத்தோதி ஆண்டவனை வழிபடுகிறோம். அவ் வழி பாட்டை ஆண்டவன் ஏற்றுக்கொள்வனா? உலகை உய்விக்கும் ஒரு நெறிக்கு இடர் விளைந்துள்ளபோது, அவ்விடர் களைய முயலாது ஆண்டவனை மட்டும் வழிபடல் போதுமா? அவ்வழி பாட்டான் நமது கடனை ஆற்றினவராவோமா? அவ்வழி பாடாதல் ஆண்டவன் வழிபாடாமோ? அது தந்நல வழிபாடே யாகும்.

தொண்டர் கூட்டம் வேண்டும்

மடங்களையும் கோயில்களையும் எப்படித் திருத்துவது? எல்லாங் காலச் செயல்; சிவா என்று காலங் கழித்துவிட்டுப் போகலாம் என்றும், இன்னும் பலவிதமாகவும் பலர் நினைப்பது முண்டு; பேசுவதுமுண்டு. மடங்களையுங் கோயில்களையும் திருத்த வழியா இல்லை? எத்துணையோ வழிகளுண்டு! ஆயிரஞ் சிவனடியார் உடல் பொருளாவி மூன்றையுஞ் சைவ சமயத்துக் கென அர்ப்பணஞ் செய்து நாமார்க்குங் குடியல்லோம் என்றெழும் உணர்வும், அஞ்சுவது யாதொன்றுமில்லை அஞ்ச வருவதுமில்லை என்ற அஞ்சா நெஞ்சமும், கற்றுணைப் பூட்டியோர் கடலிற் பாய்ச்சினும் நற்றுணையாவது நமச்சி வாயவே, என்ற உறுதியுங்கொண்டு திருவருளை முன்னிட்டுப் புறப்பட்டால் வழியா ஏற்படாது? வழியிது முறையிஃது என்று குறிப்பிட்டு உங்கள் அரிய காலத்தைக் கொள்ளைகொள்ள விரும்புகிறேனில்லை.

இப்பொழுது வேண்டற்பாலது தொண்டர் கூட்டம். அத் திருக்கூட்டங் கூடினால் வழியும் முறையும் பின்னர்க்கோலிக்கொள்ளலாம். வழியும் முறையும் திருவருள் காட்டும்; கூட்டும். திருவருள் துணைகொண்டு மடங்களையுங் கோயில்களையும் ஒழுங்குபடுத்தி, அவைகளின் வாயிலாக அருணெறியோம்ப முயல்வது நமது தலையாய கடமைகளுள் ஒன்று என்று சொல்வேன்.

உறுதி நிலை வேண்டும்

பண்டைக் காலத்தில் நம்மக்களிடை ஆண்டவன் திருவடிப் பற்றில் ஓர் உறுதிநிலையிருந்தது. அந்நிலையை இக்கால மொழியில் நம்பிக்கை அல்லது விசுவாச மதமென்று எளிய நடையில் சொல்கிறேன். கிறிதுவ சகோதரர்கள் விசுவாசம் - விசுவாசம் என்று அடிக்கடி சொல்வார்கள். இதைப்பற்றிக் கிறிது மிக உரமாகப் பலவிடங்களில் பேசியிருக் கிறார். அம் மாசிலாக்கொள்கை நமது நாட்டில் வேரூன்றி யிருந்தது. இன்னும் தற்கால நாகரிக நஞ்சு ஏறாதவிடங்களில் அக் கொள்கை இறந்துபடாது நிலவி வருகிறது. அம் மேலாங் கொள்கை பல விடங்களில் தற்காலப் படிப்பாலும், போலி ஞானப் பேச்சாலும் இறந்துபட்டு வருகிறது. பண்டைநாளில் நம்மவர் நோய்வாய்ப்படின்,

மந்திர மாவது நீறு

என்னுந் திருப்பதிகமோதி, நீறணிந்து, ஆண்டவனை வழுத்தி, நோய் போக்கி வந்தனர். அக்காலத்தில் தெய்வப் பிரார்த்தனை யால் பல அருவினைகள் ஆற்றப்பட்டு வந்தன. கண்ணில்லார் கண் பெற்றதும், செவியில்லார் செவி பெற்றதும், பிறவும் இக்காலத்தவர்க்கு நாவல் கதை போல் தோன்றலாம். அவர் இக் கொள்கையை மூடபக்தி என்று எள்ளி நகையுமாடுவர். மனோதத்துவ நுட்பந் தெரிந்த நன்மக்கள் இக் கொள்கையை எள்ளி நகையாடார். நம் சமயகுரவர் நிகழ்த்திய அற்புதங்களும், கிறிது முதலிய பெரியோர் நிகழ்த்திய அற்புதங்களும் பழைய காலத்தில் நடந்தன. இக் காலத்திலும்

பெந்தகோதே சங்கத்தார் ஆண்டவனருளில் உறுதிகொண்டு, மனத்தை அவன்கீழ்க் கிடத்தி, ஜெபத்தால் பலப்பல நோய்கள் தீர்ப்பதை யான் நேரிற் கண்டு வருகிறேன்; நம்மவர்களில் சிலர் இன்னும் முருகக்கடவுள் கோயிலை வலம் வருதலாலும், தெருவில் புரள்வதாலும், வெல்லக்கட்டி கரைப்பதாலும் பலதிற நோய்கள் போக்குவதையுங் கண்டு வருகிறேன். கிறிதுவின் அருட் பெருக்கும் முருகன் அருட்பெருக்கும் மக்கள் மனோநிலையைப் பொறுத்துப் பொங்கி எழுவன. அமெரிக்க நாட்டில் சில அறிஞர் இலௌகிக முறையில் மனோதத்துவ வலியால் எத்துணை அருவினைகள் நிகழ்த்துகிறார்! அத்தகை மனோ சக்தியை - நம்பிக்கை மதத்தை - வாய் வேதாந்திகள் இகழும் மூட பக்தியை மீண்டும் உயிர்ப்பிக்க நாம் முயலல் வேண்டும்.

திருநீறும் கண்டிகையும்

நம் முன்னோர் திருவருள் நெறியில் நிற்போர் இன்னார் என்று உலகோர்க்கு அறிவுறுத்தத் திருநீற்றையும் கண்டிகையை யும் புறச் சின்னங்களாக ஏற்படுத்தினர். திருநீறு மாசிலா உள்ளத்தைக் காட்டும் அறிகுறி. பூசு நீறுபோல் உள்ளும் புனிதர்கள் என்றார் தெய்வச் சேக்கிழார். கண்டிகை ஆண்டவன் கண்மணி என்று சொல்லப்படுகிறது. கண்ணுக் கணிகலம் கண்ணோட்டம் என்பது ஆன்றோர் வாக்கு. கண்ணையே அருளுக்குச் சுரப்பிடமாகக் கொள்வது உலகியல் வழக்கு. கண்டிகை உயிர்களிடத்துச் செலுத்தும் இரக்கத்தை அறிவிப்ப தாகும். சுருங்கக் கூறின் நீறுங் கண்டிகையும் இரக்க அக முடைமையைப் புறத்தே காட்டுஞ் சின்னங்களாகப் பண்டைக் காலத்தவரால் கொள்ளப்பட்டன என்று கூறலாம். நீற்றையுங் கண்டிகையையும் பொருளாக்கொண்ட மெய்ப்பொருள் நாயனார் அப்பெயரால் அழைக்கப்பட்டதும், அக்காலத்துக் கேற்ப அவர் தம்மைக் குத்திக்கொன்ற முத்தநாதனிடங் கருணை காட்டி, அவன் உயிர்க்கு எவராலுந் தீங்கு நேராதவாறு காத்த தும், சேரமான் பெருமாள் நாயனார், உவர்மண மழையால் கரையப் பெற்று நீற்றுக் கோலமளிக்கக் காரணனாய் நின்ற ஒரு வண்ணானைச் சிவனடியாரெனத்

தொழுததும், பிறவும் பண்டை நீறு கண்டிகையின் உள்ளக்கிடக்கையைத் தெரிவிப்பன வாம்.

நீறிடா தவரைக் கண்டால் அம்மநாம் அஞ்சு மாறே

என்று மணிவாசகனார் நீற்றின் உள்ளுறை புகல்கிறார். அதன் உள்ளுறை யாது? இரக்கமில்லா உள்ளத்தவரைக் கண்டால் உள்ளம் நடுக்குறுகிறது என்பது.

வேடநெறி நில்லார் வேடம்பூண் டென்பயன்
வேடநெறி நிற்பார் வேடம் மெய்வேடம்

என்றார் திருமூலரும். அந்நீறுங் கண்டிகையும் இது போழ்து குடியர் வெறியர் காமுகர் கொலைஞர் பொய்யர் வஞ்சகர் முதலிய மாக்கள் உடலங்களிலும் இடங்கொண்டிருப்பதைக் காணக் காணக் கண்ணீர் பெருகுகிறது. நீறு கண்டிகை அணிந்து எத்துணைப் பாவங்கள் செய்தாலும், அப்பாவங்களைச் சின்னங்கள் தாங்கித் தமக்கு நலஞ் செய்யுமென்னும் அறியாமை இன்னுஞ் சிலரிடத்துண்டு. வேறு பல சிறுமைகளுமுண்டு. அவைகளை விரிப்பிற் பெருகும். ஈண்டு யான் வலியுறுத்தப் போந்தது நீறு கண்டிகையின் உண்மை பொன்றியுள்ள இந்நாளில் அவைகளை அணிந்திருப்போரே சைவரென்னும் நியதி யிருத்தலாகாதென்பதே. எவ்வுயிரையுந் தம்முயிர்போல் கருதிக் கொலை புலை தவிர்ப்போ ரனைவரையும் சைவ ராகக் கோடல் வேண்டுமென்பது எனது கருத்து. இக் கருத்தைப் பரப்ப முயல வேண்டுவது நங்கடன்களுளொன்று.

அஞ்செழுத்து வண்மை

முன்னைநாளில் அஞ்செழுத்து, பொருளுணர்ந்து ஓதப்பட்டது. இப்பொழுது அதைச் செவியுறுத்தும் குருமாரில் எத்துணைப்பேர்க்கு அஞ்செழுத் துண்மை தெரியுமென்பது வெள்ளிடைமலை மகரமாகிய மலத்தால் நகரமாகிய மறைப் புற்றுள்ள யகரமாகிய நான் (ஆன்மா) வகரமாகிய திருவருள் வாயிலாகச் சிகரமாகிய கடவுளொடு சேரல்

வேண்டுமென்னும் பொருளுணர்வோடு ஓதி ஓதி, அவ்வோதல் பின்னர்ப் பொரு ளாகி அழியாநிலை எய்துவிக்கும் நெறி கண்டு வந்தனர் நம் முன்னோர். அஞ்செழுத்தோதலால் பெறற்கரிய பெரும்பேறு பெறலாம். தமிழ் வேதத்திலுள்ள பஞ்சாக்கரப் பதிகங்களைப் பார்க்க.

நல்லக விளக்கது நமச்சி வாயவே

என்னுந் திருவாக்கையோர்க. அஞ்செழுத்தில் அடங்காத தென்னை? உலகு உயிர் கடவுள் எல்லாம் அவ்வெழுத்தில் அடங்கியிருக்கின்றன. இப்பொழுது அவ்வெழுத்துக்கள் பொரு ளிழந்து வரிவடிவங்களாக நிற்கின்றன. அஞ்செழுத்தின் உண்மையை உலகோர்க்கு எவ்விதக் கட்டுப்பாடுமின்றி உணர்த்த முயல்வது நம் பெருங் கடமை.

சிவ - தீக்கை

சிவ - தீக்கை இன்னார் தான் செய்யவேண்டும், இன்னார்தான் பெறல்வேண்டும் என்னுங் கட்டுப்பாட்டைக் களைதல் வேண்டும். கொலை புலை நீத்துப் பன்னிரு திருமுறை. பதினான்கு சாத்திரம் முதலிய திருவருள் நூல்களில் வல்லராய்த் தேர்ச்சியடைவோர் எவராயினும் அவருக்குத் தீக்கை செய்யும் உரிமை வழங்கப்படல் வேண்டும். தீக்கை நாடி வருவோர் எவராயினும் அவர்க்குத் தீக்கை செய்ய வேண்டும். சந்தான குரவருள் ஒருவராய உமாபதி சிவாச்சாரியார் பெற்றான் சாம்பான் என்பவனுக்குத் தீக்கை செய்ததை நந்தமிழ்நாட்டுச் சைவ மக்கள் கவனித்து நடப்பார்களாக.

முன்னணி வேலைகள்

இன்னும் அருணெறி வளர்ச்சிக்கெனக் கல்லூரி, மருத்துவ விடுதி முதலிய அறச்சாலைகளைக் குறிப்பிட்டு, உங்கள் அரிய காலத்தைப் போக்க விரும்புகிறேனில்லை. நமது முன்னணி வேலைகள் பற்பலவாகக் கிடக்கின்றன. அவைகளை ஒழுங்குபட நடாத்த நல்லமைப்புகள் தேவை. அமைப்புக்கு

இன்றியமை யாதது ஒற்றுமை. முதலாவது சைவமக்களுக்குள் அவ்வொற்றுமை வேண்டும். அவ்வொற்றுமை நிகழாது அதை குலைத்து வருவது அழுக்காறென்பது எத்தொண்டில் ஈடுபடுவோரிடத்திலும் அழுக்காறிருத்தலாகாது. தன்னை வேறாகவும் பொதுத் தொண்டை வேறாகவும் கருதல் வேண்டும். இக் கல்வியை மேல் நாட்டாரிடமிருந்து நாம் பயிலல் வேண்டும்.

சைவப் புலவர் தொண்டு

சைவப் புலவர் ஒவ்வொருவரும் தமக்குமேல் கற்றாரிலர் என்று இறுமாந்து, எவருந் தமது அடிவருடியே வாழ்தல் வேண்டுமென்னும் பேய்க்குணங் கொண்டு, வாழ்ந்தமையே சைவ உலகக் கேட்டிற்குத் தலையாய காரணமென்று எனக்குத் தோன்றுகிறது. சைவப் புலவர்களுக்குக் கூவலாமை குரை கடலாமை கதையை நினைவூட்ட வேண்டுவதில்லை. போன காலம் போக, இன்று முதலாவது சைவப் புலவர்கள் சைவ உலகஞ் சிறுமைப்பட்டு வருவது கருதித் தங்களை மறந்து அருட்டொண்டு செய்ய ஒன்றுபடுவார்களாக.

சைவப் பெருஞ்சமாஜம்

அவர்களனைவரும் ஒன்றுபட்டுச் சைவ உலகிற்கென ஒரு பெருஞ் சமாஜம் காண்டல் வேண்டும். அதற்குக் கிளையாகப் பல ஜில்லா சபைகள், தாலுக்கா சபைகள், கிராம சபைகள் தோன்றுதல் வேண்டும். இப்பொழுது தமிழ் நாட்டில் எண்ணிறந்த சங்கங்கள் ஒன்றற்கொன்று தொடர்பின்றிக் கிடக் கின்றன. அவைகளெல்லாம் ஒன்றுபட்டால் ஒரு பெருஞ் சமாஜம் நாளையே தோன்றும். சில ஆண்டுகளுக்கு முன்னே தமிழ்நாட்டில் சைவ சித்தாந்த மகா சமாஜம் என்றோர் அமைப்புத்தோன்றி நற்றொண்டு செய்து வந்தது. இப்பொழுது அச் சமாஜமெங்கே? நிட்டைகூடி ஆண்டுக்கொருமுறை விழித்து மீண்டும் அஃது ஒடுக்கம் புகுகிறது. அதன் குலைவுக்குக் காரணம் சொல்லவும் வேண்டுமோ? மீண்டும் அதைப் பழையபடி உயிர்ப்பிக்க

முயலல்வேண்டும். அல்லது புதிதாக வேறொன்று காணமுயலல் வேண்டும்.

சமயப்பிரசாரம்

இவ்வமைப்புக்கட்கும் பிறவற்றிற்கும் முதல் முதல் பிரசாரம் வேண்டற்பாலது. ஒவ்வொரு சைவ சங்கமும் இவ் வருந்தொண்டு செய்து வரலாம். சங்கங்களிலுள்ள அங்கத்த வர்கள் ஓய்ந்த நேரங்களில் எளிய மக்களிடைப் போந்து ஜீவகாருண்ய உபதேசஞ் செய்யலாம்; துண்டுப் பிரசுரங்கள் வெளியிடலாம். பிரசாரத்துக்கெனச் சிறப்பாகக் கல்வி அறிவு ஒழுக்கமுடைய அறவோரை ஒவ்வொரு சங்கத்திலுஞ் சேர்த்து, அவர்க்குச் சோறு கூறையளித்து, அவர் வாயிலாக எவ்வளவோ பிரசாரஞ் செய்விக்கலாம்.

பிரசாரத்துக்குப் பொருள் வேண்டுமே என்னுங் கவலை பலருக்குண்டு. அருணெறி வளர்ச்சிக்குப் பெரும் பொருள் எற்றுக்கு? புத்தர் பெருமான் ஒரு காசுமின்றி ஒழுக்கமுடை அறவோரைக் கொண்டே தமது அறநெறியை உலகிற் பரப்பி வந்தார். பெரும்பொருள் சேர்த்து வைப்பது பின்னர் உலகாயத மதத்துக்கு அடிகோலிவைப்பதாகும். மடங்களின் தற்கால நிலையும், கோயில்களின் தற்கால நிலையும் எனது கூற்றை வலியுறுத்தும். பெரும் பொருள் காரணத்தாலன்றோ கிறிதுநாதர் பெயரால் நடத்தப்பட்டு வரும் பல சங்கங்கள் சமய ஞானமற்ற அமைப்புக்களாக மாறுபட்டன? பொருட் செல்வம் பெறமுயல்வதைப் பார்க்கிலும் அருட்செல்வம் பெறமுயல்வது சிறப்பு. செல்வன் கழலேத்துஞ் செல்வம் செல்வமே என்றார் ஞானசம்பந்தப் பெருந்தகையார். அச் செல்வத்தால் உலகைப் பலவழியில் திருத்தலாம். சங்கத்தார் திருவருள் நெறி வளர்ச்சிக்கெனப் புறப்பட்டால் ஆண்டவன் உதவி பலவழிகளிலும் வந்து சேரும். நமது கடமை பணி செய்வது. ஒவ்வொரு சங்கத்தாரும், வாரத்துக்குக் குறைந்தது இவ்வளவு பேரைக் கொல்லாமை நோற்குமாறு செய்ய வேண்டும் என்னும் உறுதி கொண்டுழைத்தல் வேண்டும்.

அரிய நூல்கள் வெளியிடுதல்

சங்கங்கள் அரிய நூல்களைக் காலநிலைக் கேற்றவாறு வெளியிட முயலல்வேண்டும். நூல்கள் வெளியீடென்று எல்லாச் சங்கத்தாரும் பழைய புத்தகங்களை அச்சிட்டு வெளியிடுவதால் பெரும்பயன் விளையாது. பழைய நூல்களை ஒருசிலர் வெளி யிடலாம். பழைய நூற் கருத்துக்களை எளிய நடையில் கற்றவரைக்கொண்டு எழுதுவித்து முதுக்கல்வி இல்லாதார்க்கு அவைகளைப் பயன்படுத்தல் வேண்டும். சிவஞான பாடியத்தை எளிய நடையில் எழுதி நாட்டிற்கு உதவினால் எத்தகைய நலன் விளையுமென்பதை யான் கூறவேண்டுவ தில்லை.

மேல்நாட்டு இயற்கை ஆராய்ச்சியாளர் உழைப்பு நமது சமய ஆராய்ச்சிக்கு இன்றியமையாதது. அதை நாம் இழிவாகக் கருதலாகாது. சைவ சித்தாந்தம் இயற்கையை உள்பொருளாகக் கோடலால், அக் கொள்கைக்கு மேல் நாட்டார் இயற்கை யாராய்ச்சி பெருந்துணை செய்வதாகும். ஆதலால் மேல்நாட்டு மொழிகளிலுள்ள தாவர நூல், விலங்கு நூல், பூதபௌதிக நூல் முதலியவற்றைத் தமிழில் மொழி பெயர்த்து நாட்டுக்கு நலஞ் செய்யல் வேண்டும். ஆங்கிலங் கற்ற தமிழ் நன்மக்கள் சித்தாந்த உண்மைகளை ஆங்கிலத்தில் மொழிபெயர்க்குந் தொண்டில் தலைப்படல்வேண்டும். அவர்கள் மேல்நாடு போந்து சித்தாந்த உண்மையைப் பரப்பவும் முயலல் வேண்டும். சடத்தின் இயல்பை நன்கு ஆராய்ந்துள்ள மேல்நாட்டு மக்கட்கு ஆத்திக உணர்வை நஞ் சித்தாந்த ஞானமளிக்கு மென்பதில் ஐயமில்லை. எத்துணையோ மக்கட்கு ஆத்திக உணர்வு வழங்கவல்ல அருட்செல்வத்தையுடைய நாம், அதைப் பிறர்க்குப் பயன் படுத்தாது வாளாகிடப்போமாயின், நமது வாழ்வில் ஆற்ற வேண்டிய கடனை ஆற்ற தொழிந்தவராவோம். அக்கடனாற்ற நாம் முற்படுவோமாக.

தூத்துக்குடிச் சைவ சித்தாந்த சபை

இத் தூத்துக்குடிச் சபை நாற்பத்தோராண்டுகளாகப் பல அறத்தொண்டுகளை ஆற்றி வருவது குறித்துக் கழிபேருவகை எய்துகிறேன். தொன்மையும் செல்வாக்குமுடைய இச்சபை இக்கால நிலையுணர்ந்து சில புது முறைகளைக் கடைப்பிடித்து வழிகாட்டினால் சைவ உலகத்துக்கு உயிர் நல்கும் பேற்றிற்குரிய தாகும். திருநீற்றுச் செல்வம் - பாண்டிமாதேவி - எனதாருயிர்த் தெய்வம் - மங்கையர்க்கரசி வாழ்ந்த நாடன்றோ இச்சைவத் தென்பாண்டி நாடு? குலம் பிறப்பு முதலிய புறவேற்றுமை கருதாது குலச்சிறையார் சிவநெறி வளர்த்த நாடன்றோ இத் தமிழ்த் தென்பாண்டி நாடு? இத் திருநாட்டிலன்றோ சைவம் அனலிடையும் புனலிடையும் நின்று தன் பெற்றியை விளக்கி யது? அத்தகைத் தமிழ்ச் சைவத் திருநாட்டிலன்றோ இச்சபை சைவம் வளர்த்து வருகிறது? அந்நாளில் சைவத்துக்குற்ற இடுக்கணைப் பார்க்கிலும் இப்பொழுது நேர்ந்துள்ள இடுக்கண் சாலவுங் கொடிது. இந்நாளில் பல மங்கையர்க்கரசிமார் தேவை; பல குலச்சிறையார் தேவை. மங்கையர்க்கரசியாருங் குலச் சிறையாருந் தோன்றுவரேல் திருஞான சம்பந்தர் வருவார். மங்கையர்க்கரசியாரையும் குலச்சிறையாரையும் நல்க இச் சபையார் முயலல் வேண்டும். அம்முயற்சி எழுமாறு அங்கயற் கண்ணிபங்கன் ஆலவாய் அவிர்சடைக் கடவுள் அருள்புரிவா னாக.

இறுவாய்

தொகுப்புரை

சகோதரிகளே! சகோதரர்களே! இதுகாறுஞ் சமயத்தின் இயல்பு இஃது என்பதும், உலகிற்குச் சமயம் இன்றியமையாதது என்பதும், எல்லாச் சமயங்களும் ஒரு கடவுளையே பல பெயரால் பலவழியில் போற்றுகின்றன என்பதும், சமரச சமயமொன்றே கடவுள் நெறி என்பதும், சமயங்கள் பலவாய்க் கிடப்பினும் அவைகள் யாவும் சமரசத்தையே குறிக்கொண்டு நிற்கின்றன என்பதும், தொன்மை வாய்ந்த தமிழ்மக்கள் கண்ட முருகு - கந்தழி எச்சமயத்துக்கும் உரிய பொருள் என்பதும், அப்பொருளே சிவமாக இன்றுகாறும் போற்றப்பட்டு வருகிறது என்பதும், அச் சிவ சம்பந்தமுடைய சைவம் சமயகுரவர் சந்தான குரவர் முதலியோரால் ஓம்பப்பட்டது என்பதும், அச்சைவம் எச்சமயத்தோடும் பிணக்கின்றியும் எச்சமயக்கொள்கையையும் நீதியினால் தன்னகத்தே தாங்கியும் நிற்குஞ் சமரச சமயம் என்பதும், அது முனைப்பற்ற இடத்தில் பொலியும் அன்புச் சமயம் என்பதும், அந்நிலையை எப்பெயரிட்டும் அழைக்கலாம் என்பதும், சைவத்தின் தத்துவம் - வழிபாடு முப்பொருளுண்மை- அத்துவித நிலை - முதலியன சமரச நோக்குடையன என்பதும், உலகு உயிர் கடவுள் மூன்றும் அநாதி நித்தியம் என்பதும், அவை பொருளால் வேறுபட்டும் கலப்பால் ஒன்றுபட்டும் நிற்பன என்பதும், சைவசித்தாந்தக் கடவுள் பிறப்பிறப்பில்லாதது என்பதும், அது நான்காவது பொருள் என்பதும், துவித வழி அத்துவிதத்தை அறிவுறுத்தலே வேதாந்த நெறி என்பதும், அவ் வழியே மெய்கண்டார் போதித்த வழி என்பதும், வேதாந்தமே சித்தாந்தம் இஃதே அஃது என்பதும், அது பொய் இது பொய் என்று உலகைத் துறந்து ஓடுவது வேதாந்தம் அன்று என்பதும்,

தன்னல மறுப்பதே உலகைத் துறப்பது என்பதும், எல்லாம் ஆண்டவன் என்று உயிர்களை வழிபடுதலே செய்கை வேதாந்தம் என்பதும், வேதாந்த சித்தாந்த ஒற்றுமை யுணர்ந்து வழிபாட்டில் கருத்தைச் செலுத்தி நாட்டுக்கு நலஞ்செய்ய வேண்டும் என்பதும், சமரச இயல்புகள் இன்னின்ன முறையில் சைவத்திலிருக்கின்றன என்பதும், பிறப்பை யொட்டி உயர்வு தாழ்வு பாராட்டாமை - கைம்மாறற்ற பணி - பிறர்குற்றம் பொறுத்தல் - பாவமன்னிப்பு முதலியன சித்தாந்த சைவ சமயத்தில் சிறப்பாக விளங்குகின்றன என்பதும், அருள் - கருணை - இரக்கம் - தயை உள்ள இடங்களிலெல்லாம் சைவம் மிளிரும் என்பதும், 1சைவம் ஒரு சமயம் அன்று என்பதும், உலகில் அது பல அறிஞர்வழி ஓங்கி வருகிறது என்பதும், சைவ சமய ஆக்கங்கருதி முன்னணி வேலைகளாக இன்னின்ன பணிகள் செய்யவேண்டும் என்பதும், இவைகளை யொட்டிப் பிறவுஞ் சொல்லப்பட்டன.

இச் சொற்பொழிவை இவ்வளவு நேரம் பொறுமையோடு செவிமடுக்கத் திருவுளங்கொண்ட உங்கள் பெருந்தகைமைக்கு வணக்கஞ் செலுத்துகிறேன். உங்கள் அரிய காலத்தை என் வெற்றுரைகளை இன்னுங் கேட்கும் வழியில் செலவழிக்க விரும்புகிறேனில்லை. எனது சிறுமை உரைகளில் பிழைகள் நிகழ்த்திருக்குமேல் அவைகளைப் பொறுத்தருளுமாறு மீண்டு மொருமுறை வேண்டுகிறேன்.

சொற்பொழிவின் சாரம்

அன்பர்களே! இதுகாறுங் கூறிவந்ததன் முடிவு என்ன? சைவம் அருணெறி என்பதன்றோ? அருளாளர்களே! உலகை உற்று நோக்குங்கள்; உலகில் எந்நெறி பெருகியிருக்கிறது? அருணெறியா? மருணெறியா? உன்னுங்கள். கொலைச்சாலை களின் பெருக்கை என்னென்று கூறுவது? கொலைக் கருவிச் சாலைகளின் பெருக்கை என் கூறுவது? அந்தோ! உள்ளம் நடுக்குறுகிறது! இக்கொலைப் பெருக்கிற்குக் காரணர் யாவர்? ஜீவகாருண்யத்தையே மூல தர்மமாகக் கொண்டுள்ள சைவர் களாகிய நீங்களல்லவா? சைவர்களே! உங்கள் சமயம் யாது?

நீரில் மூழ்குவதா? துணி தோய்ப்பதா? நீறிடுவதா? அனுட்டானஞ் செய்வதா? கோயில் வலம் வருவதா? அன்று; அன்று. இவை யாவும் புறவொழுக்கங்களாகும். ஜீவகாருண்ய நெறியே உங்கள் உள்நெறி. அஃதில்லையேல் குளித்தலும் பூசலும் பிறவும் என்னாம்? நீங்கள் உங்கள் அருட்டொண்டை ஆற்றியிருப்பின், உலகில் உயிர்க்கொலை நிகழுமோ? புலைப் புசிப்பு நிகழுமோ? உயிர்க் கொலையும் புலைப் புசிப்பும் மடங்களையுந் தீண்டுமளவு பரவியிருப்பதைக் கவனிக்கின்றீர்களா? சைவ உலகின் கவலை யீனம் என்னே என்னே! இனி அருளுலகம் மறையுமோ என்னும் அச்சமும் உண்டாகிறது. உங்கள் ஒற்றுமையின்மை - உழைப் பின்மை - சித்தாந்த ஞானத்தை உலகுக்கறிவுறுத்த முன்வராத தன்னலம் - உலகைத் துன்புறுத்துகின்றன. நஞ்சமயம் தமிழர்க்கே உரித்து. அது தமிழ்நாட்டளவிலேயே கட்டுப்பட்டுக் கிடத்தல் வேண்டும் என்னுங் குறுகிய நோக்கை உதறித் தள்ளுங்கள்; நானா பக்கங்களிலும் அருணெறியோம்ப முயலுங்கள். பரந்த நோக்குடைய ஒரு கொள்கையை - மன்பதைக்குரிய ஒரு சமயத்தைப் - பிறர்க்குப் பயன்படுத்தாது, அதைச் சிறைப்படுத்து வதுஞ் சிறுமைப்படுத்துவதும் அறமாமோ? எத்துணையோ உயிர்கள் அருளுணர்வு பெறுவதை மறிப்பது மறச்செயலன்றோ? அதனினும் வன்கண் - கொடுமை - கொலை - வேறொன் றுண்டோ, தானத்திற் சிறந்தது எது? ஞானதானமன்றோ? அதையா தடுப்பது? ஆண்டவன் அருளமுதைப் பருகச் சேர வாருஞ் செகத்தீரே என்று உங்கள் ஆன்றோர் உலகை நோக்கிக் கூவி அழைத்திருப்பதைக் கருதுங்கள். எச்சமயத்தவரும் வந்திறைஞ்சா நிற்குஞ் சிற்சபேசனை - ஆனந்தத் தாண்டவனை - வழிபடும் நீங்களா உங்கள் சமய உண்மையை மறைப்பது? அக் கரவை யொழித்து அன்பே சிவமென் றெழுங்கள்; அருளே சக்தியென்றெழுங்கள். நீங்கள் உலகொளியாவீர்கள்.

பெரியோர்க்கு

பெரியோர்களே! உங்களுக்கு என்ன இல்லை? அறிவு நூல்களில்லையா? அன்பு நூல்களில்லையா? அருணூல்

களில்லையா? எல்லாம் உண்டு. வேண்டற்பாலது எழுச்சியே. நெருப்பிடை நின்ற ஞானசம்பந்தரை நினையுங்கள்; நீற்றறையில் கிடந்து கடலில் மிதந்த நாவரையரை நினையுங்கள்; ஆண்டவனைத் தூதுகொண்ட ஆண்டகையை நினையுங்கள்; நினைந்து நினைந்து ஊக்கங் கொள்ளுங்கள். நீலகண்டர் உறுதி, இயற்பகையின் ஈகை, மெய்ப்பொருள் பொறுமை, கண்ணப்பர், கனிவு, மங்கையர் கரசியார் வீரம் - இவைகள் எங்கே போய்விட்டன? பிறர்க் குழைக்க நீங்கள் புறப்பட்டால் இம் மாண்புகளெல்லாம் உங்களிடத்தில் பொங்கியெழுமென்பது திண்ணம். மெய்கண்ட சாத்திரமென்னும் ஞானவாளிருக்கும் போது உங்களுக்கென்ன அச்சம்?

சிவநேயர்களுக்கு

சிவநேயர்களே! எவரையுஞ் சிவமாக வழிபடுங்கள்; எச் சமயத்தையுஞ் சிவசமயமாகக் கொள்ளுங்கள்; எக் கடவுளரையுஞ் சிவமாகத் தொழுங்கள். உலகிலுள்ள ஆடு மாடுகள் அம்மா அம்மா என்று கதறிக் கதறி உங்களை அழைக்கின்றன. அருளுலகம் உங்களை அழைக்கிறது. செவி சாயுங்கள். அன்புளங்கொண்டு எழுங்கள்; அருள் முகங்கொண்டு எழுங்கள்; தொண்டாற்றப் புறப்படுங்கள். வித்தகம் பேசவேண்டா; பணிசெய்யப் புறப் படுங்கள்; உங்கள் அருணெறி உலகெலாம் பரவப்போதுண்மை. மேல்நாடுங் கீழ்நாடும் ஒன்றுபட்டு ஈனப்போகும் உலகு உங்கள் அருணெறியையே தழுவும். அந்நெறியே அவ்வுலகிற்குரிய நெறியாகும். ஆதலால் அந்நெறி வளர்க்க எழுங்கள்; எழுங்கள். வடமொழி தென்மொழிச் சண்டை வேண்டா; ஆரியர் தமிழர் சண்டை வேண்டா. எவ்வுயிரையுஞ் சிவமாகக் கொண் டெழுங்கள். எல்லா நலன்களும் உண்டாகும்.

எல்லாம் சிவமயம்

ஆண்டவனே! எல்லாவற்றையும் ஆக்கும் அயனே! அளிக்கும் அரியே! அழிக்கும் அரனே! நின்னைச் சிவமெனும் மங்களப் பெயரால் நாங்கள் வழிபடுகிறோம். எல்லாஞ் சிவமய மென்பதை நாங்கள் உணரல் வேண்டும்; எங்கணுஞ் சிவநெறி யாம் அருணெறி பரவல் வேண்டும்; எங்கணும் அருளறம் - எங்கணும் அருளரசு - எங்கணும் அருட்டொண்டு - பெருகல் வேண்டும். அருள் செய்க; அருள் செய்க. முன்னைப் பழமைக்கும் பழமையாயிருக்கின்ற முதல்வன் நீ! பின்னைப் புதுமைக்கும் புதுமையாய் நிற்கும் பெரியோன், நீ பிள்ளைப் புதுமைக்கும் புதுமையாய் நிற்கும் பெரியோன், நீ! புதுமுறையில் அருணெறி வளர்க்க முயல்கிறோம். அருள்செய்க. சாந்தம் சிவம் அத்வைதம்.

காலமொடு தேசவர்த்த மான மாதி
கலைந்து நின்ற நிலைவாழி! கருணை வாழி!
மாலறவுஞ் சைவமுதன் மதங்க ளாகி
மதாதீத மானவருண் மரபு வாழி!
சாலமிகு மெளியேனிவ் வழக்குப் பேசத்
தயவுவைத்து வளர்த்த அருட் டன்மை வாழி!
ஆலடியிற் பரமகுரு வாழி வாழி!
அகண்டிதா காரஅரு ளடியார் வாழி!

- தாயுமானார்

முற்றும்.

★ ★ ★

www.ingramcontent.com/pod-product-compliance
Lightning Source LLC
LaVergne TN
LVHW022218071126
851857LV00047B/1018
* 9 7 8 8 1 6 8 9 8 8 4 5 3 *